S0-CBB-207

HỒI DƯƠNG NHƠN QUẢ

và

NGỌC LỊCH MINH KINH

Nhà xuất bản TAM GIÁO ĐỒNG NGUYÊN

In lần thứ bảy - Năm Tân Mão 2011

*Nhà xuất bản TAM GIÁO ĐỒNG NGUYÊN
cùng quý vị Mạnh Thường Quân tại hải ngoại
ấn tống lần thứ bảy Vu Lan 2011.*

Danh sách ấn tống được để trên internet ở link:
http://www.tamgiaodongnguyen.com/hdnq-2011.htm

*Kính nguyện hồi hướng cho quốc thái dân an,
đạo pháp trường lưu, chánh giáo hoằng dương,
vạn linh thức tỉnh hồi đầu, đồng đăng bỉ ngạn.*

TỰA

(Của Giang Triều Viễn khắc bản lần thứ nhì)

Xưa nay làm lành thì đặng phước, dữ ác thì mắc họa, nhơn quả báo ứng rõ ràng, và đủ bằng chứng. Còn có lời nguyện là vái van thì phải hườn nguyện là trả lễ. Còn lời nguyện tôi lấy làm tệ quá! Là nguyên năm Kỷ Tỵ, trào Thanh vua Gia Khánh, tôi dạy học tại đất Tam-Tấn, hai lần phát nguyện in sáu ngàn bộ Như-Ý-Lục là sách khuyến thiện, mà cho người; vái nội mười năm in cho đủ số. Ba năm khắc mới rồi bản Như ý lục tại kinh kỳ, hụt tiền nên in mới năm trăm bộ! Thắng mảng đã đến mười năm, té ra trả tiền lễ chưa đủ, mà cha tôi qua đời! Tôi ăn năn buồn rầu, vì cầu thọ cho cha không hết lòng, nên sống không đặng lâu dài, mà còn mắc nợ lời vái.

Qua tháng mười một năm Giáp Thìn, tôi đến kinh đô nữa, vào chùa Dao-Nhiên, lại cầu đức Văn-Xương Đế-Quân cho nán năm năm nữa, sẽ in đủ số sách mà chuộc tội (Cái sự nguyện in thiên thơ mà cầu việc chi, đã có nói trong tựa sách Như-Ý-Lục, ấy là nguyện vái cầu thọ cho cha sống lâu).

Qua năm sau là năm Kỷ Tỵ, in thêm một ngàn bộ. Song sợ lòng xao lãng theo luật Công-Quá-Cách, và hay xem lời khuyên đời các tích trung hiếu, đều rút biên thêm sau cuốn Như ý lục, mùa thu khắc thêm rồi. Nay là năm Bính Thân, in thêm một ngàn bộ nữa. Lúc này tôi dạy tại sông Thiên Giang; tiền tuy ít, mà không dám bê trễ. Khi ấy xảy gặp thầy Cố-Tình-Nhai là người in kinh, nói chuyện cuốn Hồi Dương Nhơn Quả, đưa cho tôi xem, coi kỹ lời nói việc lành dữ rành rẽ, bắt rùng mình, rởn óc, sợ run! Thầm xét sách của bậc thánh hiền, luật của

Tiên, kinh của Phật, là lời dạy của tam giáo (ba đạo) đều khuyên người chừa dữ làm lành. Nhưng mà cuốn Hồi Dương Nhơn Quả này người xem nghe càng dễ hiểu, đủ tin: nên các kinh khuyến thiện cho kinh này là đường tắt hơn hết. Nghĩ như vậy, tôi chia số tiền ấy, phân nửa in Như-Ý-Lục có phụ thêm, còn phân nửa khắc bản Hồi Dương Nhơn Quả in cho đời, mới rồi lời vái trước.

(Trào Thanh, niên hiệu vua Gia Khánh năm thứ hai mươi ba là năm Kỷ Mão, đầu tháng hai tại huyện Bạch Hạ, Giang Triều Viễn là Giác Phi, ghi lời tựa. Như vậy lời tựa này, là lần khắc bản thứ nhì).

KINH HỒI DƯƠNG NHƠN QUẢ
của LÂM TỰ KỲ

Trong tỉnh Hồ Quảng, có huyện Hiếu Cảm tại làng Lê Thọ, có một người học nho; họ Lâm tên Tự Kỳ, thuở nay ăn chay, cữ sát sanh, hôm mai thường tụng kinh Kim Cang, song không hiểu nghĩa lý trong kinh cho hết. Tánh ở công bằng hiền hậu. Xóm làng đều kính trọng người.

Nhằm bữa mùng hai tháng ba, năm Mậu Ngũ, trào vua Gia Khánh, Lâm Tự Kỳ dậy sớm thắp hương cúng lạy. Xảy đâu mấy con quỷ vật Tự Kỳ mà bắt hồn dẫn đi; đem đến miễu ông Địa sở tại xem xét, rồi qua bữa sau giải tới miễu Thành Hoàng, (là ông thần đình sở tại) xem xét nữa, nội ngày ấy giải đến đền vua Tây-Nhạc, là chỗ hội các hồn mới chết, phỏng ba bốn trăm hồn, vua Tây nhạc phê nhận các tờ, rồi giải qua Đô Thống Ty xử đoán. Bữa thứ ba mới tới Đô Thống Ty đủ mặt. Lâm Tự Kỳ thấy các hồn đều mang gông xiềng, áo quần rách rưới. Quỷ sứ lùa hết vào dinh. Chưởng án phán quan (ông phán quan coi các án) phát đính bài mỗi hồn, đeo trên cổ, có đề phạm những tội gì. Tới phiên kêu tên Lăng Sĩ Kỳ ở làng Lý Thọ, huyện Hiếu Cảm, đeo đính bài bốn chữ "ác phạm ngưu đồ" (nghĩa là tên tội làm hàng trâu), quỉ dẫn hồn Lâm Tự Kỳ vào hầu tra. Phán quan xem thấy trên đầu hồn Tự Kỳ có chiếu hào quang nhấp nháng, Phán quan hỏi; "Ngươi làm hàng bấy lâu, giết bao nhiêu trâu?" Tự Kỳ bẩm rằng; " Mô Phật, tôi thuở nay không giết con trâu nào hết". Phán quan nói: "Ngươi không giết trâu sao đeo đính bài, trên tên họ ngươi có bốn chữ "ác phạm ngưu đồ"? Mà ngươi phải ở làng Lý Thọ chăng?" Tự

Kỳ bẩm: "Tôi ở làng Lê Thọ, chớ không phải ở làng Lý Thọ". Phán quan hỏi: "Ngươi mấy mươi tuổi?" Bẩm rằng: "Tôi đã bốn mươi mốt tuổi". Hỏi: "Sanh tháng ngày giờ nào?" Bẩm: "Sanh nhằm giờ thìn, mùng ba tháng giêng". Phán quan tra bộ rồi nói: "Lâm Tự Kỳ ở làng Lê Thọ số tới bảy mươi tám tuổi, cớ nào bắt về làm chi! Vả lại: họ tên trong bộ, tuy trùng tiếng trên đính bài, mà chữ không trùng, tên làng cũng đồng âm mà bất đồng tự, huống chi ngày sanh tháng đẻ khác nhau. Nhà ngươi là Lâm Tự Kỳ ở làng Lê Thọ, còn ta sai bắt tên hàng trâu là Lăng Sĩ Kỳ ở làng Lý Thọ kìa. Bởi nó mới ba mươi sáu tuổi, làm hàng giết trâu chó phỏng vài trăm con. Bởi còn tội khác kể không xiết, nên đáng đọa tam đồ là hành hình ba cách: trấn nước, đốt nấu đầu, đâm chém bằm xắt, kêu là thủy đồ, hỏa đồ, đao đồ. Còn ngươi có chiếu hào quang trên đầu, chắc là ngươi làm lành tụng kinh kệ". Bẩm rằng: "Tôi thuở nay không làm điều chi lành lắm, song chẳng dám làm việc dữ. Từ mười bảy tuổi ăn chay, đến nay đã hai mươi mấy năm, thường ngày dù mắc việc chi gấp lắm, cũng lo tụng cho rồi một cuốn kinh Kim Cang, và niệm Di Đà vài trăm câu, rồi mới làm công việc". Phán quan nói: "như vậy thì là người lành; quỷ sứ bắt lầm một người thường cũng có tội huống chi là người lành! Vả lại Thổ Địa sở tại, với các vị thần xem xét đều sơ lầm, cũng có lỗi nữa, việc này quan hệ, chẳng phải nhỏ đâu! Vậy thời thiện nhơn hãy ngồi đỡ mái tây đợi tôi tâu cho vua hay, rồi sẽ đưa về dương thế" (Nghĩa là huờn hồn sống lại). Xảy có hai người đồng tử mặc áo xanh, dắt hồn Tự Kỳ đến nhà khách mé tây. Thấy trên tấm bảng đề bốn chữ: "Tây Phương chú tiết": (Nghĩa là chỗ ở tạm mà đợi rước về Tây Phương, cho rõ ràng tiết nghĩa), lại có đôi liễn cột cái như vầy:

Đại trượng phu, chích thủ bát khai sanh tử lộ.
Kỳ nam tử, song mi số phá lợi danh quan.

Thích nôm:

Đứng bực trượng phu, một cánh vẹt thông đường sống thác.
Đáng trang nam tử, đôi mày châu ngảng ánh công danh.

Nghĩa là: Đứng bực trượng phu chí cả, thông hiểu sự sống làm thì thác có báo ứng về phần hồn, nên không dám làm dữ, mà lại làm lành ngỏ nhờ thân sau. Còn nam nhi cao kỳ thông thái thấy sự danh lợi thì châu mày nhăn mặt mà ngó lảng, bởi rõ biết vì mê sa danh lợi thì mất đức hạnh nên không lòng tham danh lợi, lo tu nhơn tích đức cho phần hồn.

Khi ấy, Tự Kỳ vào trong nhà khách, thấy có ba người, một gái hai trai, đều ăn mặc theo đạo sĩ (thầy pháp Tàu) tay cầm xâu chuỗi lần, đồng đứng dậy chắp tay mời ngồi. Đồng tử nói: "Thiện sĩ ngồi chờ một chút, đợi vua ngự, sẽ vời". Giây phút, nghe ba tiếng trống, mở cửa đền. Đồng tử đến vời Tự Kỳ tới cửa đền, thấy trên cửa ngõ, có treo tấm biển ngang, đề mười một chữ:

Kinh châu đẳng xứ sanh hồn thiện ác đô thống ti.

Nghĩa là: Sở đô thống coi xử hồn dữ lành đất Kinh châu.

Cửa ngõ đề đôi liễn rằng:
Âm dương bổn vô dị lý. Cảm ứng xác hữu minh trưng

Nôm: Âm dương vốn không khác lý. Cảm ứng thiệt có quả tang. Đôi liễn trên cột như vầy:

Gian hùng đáo thử, nãng bất tâm hàn,
Thiệt sĩ lâm tư, tự nhiên khí tráng.

Nôm: *Gian hùng đến đó, sao khỏi lòng nao.*
Lương thiện vào đây, tự nhiên hơi khỏe.

Vào cửa trong, thấy treo tấm biển bốn chữ:

Phước thiện họa dâm.

Nghĩa là: Thưởng người lương thiện phạt tội tà dâm. Và đôi liển như vầy:

Nghiệt cảnh phân minh, xảo kế thiên ban nam tế yểm,
Dạ đài thê sở, công hầu cực phẩm bất tương nhiêu.

Nôm: Gông báu sáng lòa, xảo kế nhiều bề không dễ giấu.

Để cầm thảm khổ, công hầu tột bực chẳng hề dung.

Đôi liển nữa rằng:

Thiên đường hữu lộ, chỉ tu ốc lậu thanh thiên,
Địa ngục vô môn, chỉ vị thốn tâm ám địa.

Nôm: Thiên Đường có nẻo thẳng, cho hay nhà kín thấy trời xanh

Địa ngục không ngõ ra, cũng bởi tấc lòng theo đạo tối.

Nghĩa là: Trong nhà kín tối, coi như ban ngày, không dám làm quấy, thì đặng lên thiên đường. Nếu trong lòng tối tăm, hay tính mưu thầm kế trộm, cơ xảo độc ác, thì sa địa ngục.

Vào tới đơn trì (sân sơn son), trên treo biển bốn chữ: Tam vô tư đường (nhà ba điều không tư).

(Kinh Lễ Ký nói: Thiên vô tư phúc, địa vô tư tải, nhựt nguyệt vô tư chiếu. Nghĩa là: Trời không che riêng, đất không chở riêng, nhựt nguyệt không chiếu riêng).

Đôi liển như vầy:

Sanh bình nhứt vị hồ hành, kham thám tin tâm bất cạp tảo,
Kim nhụt thiên ban thọ khổ, cực từ hồi thủ khước hiểm trì.

Nôm: Bấy lâu một thói hàm hồ, tiếc nhẽ lòng tin khôn kịp sớm.

Thuở nay nhiều bề chịu khổ, thương ôi dạ ấy kiến ra chầy!

Trông xa đôi liển trên cột như vầy:

Đối quỉ sát, dạ xoa, mạc quái đương tiền nhan diệt ác.

Thượng đao sơn, kim thọ; phương trì tích nhựt niêm đầu sai (Kim thọ là cây có buộc gươm trên nhánh nhiều, quăng tội lên).

Nôm: Ngó quỉ sứ, dạ xoa, chớ trách cõi này nhiều mặt dữ.

Lên đao san kim thọ, mới hay thuở trước tấc lòng sai

Trên cao có treo tấm bảng bốn chữ:

Thưởng khách hình oai. (Thưởng người lành, phạt kẻ oai dữ).

Phía đông treo tấm biển bảy chữ;

Tân thiết vô gián tăng nho ngục.

Nghĩa là: Mới lập thêm ngục hành không hở, là hành rồi cách này, day hành cách khác, để trị tội sãi tu giả, sẽ hại đời.

Đôi liễn dài hai bên như vầy:

Thọ Bồ Tát giới, âm tá không môn ngu kỳ, vương pháp nhiêu, phật pháp bất nhiêu.

Đọc thánh hiền thơ, phản tương nho thuật sát nhân, thế võng lậu, thiên võng bất lậu.

Dịch nôm: Đọc kinh Bồ Tát, thầm ở chùa chiền dối thế, phép vua dung, phép phật chẳng dung.

Học sách thánh hiền, dám đem chữ nghĩa hại người, lưới đời lọt, chớ lưới trời không lọt.

Ấy là hành tội sãi tu dối và kẻ học hay đặt đơn hại người.

Lúc ấy các hồn đều quỳ dưới thềm, Phán quan thâu giấy tờ tâu rành sự bắt lầm, v.v... Tần Quảng Vương xem rồi phán rằng: "Người này quả thiệt hiền lành lại ăn chay tụng kinh, và lại chưa tới số, đáng cho huờn hồn: Sai quỉ dạ xoa mau mau bắt hàng trâu là Lăng-Sĩ-Kỳ ở làng Lý Thọ đến đây! Còn bốn quỉ dạ xoa bắt lầm, xử trượng mỗi tên tám chục roi, rồi giam lại sẽ kêu án. Lỗi Thổ-Địa tại làng chỉ đi bắt lầm, ta cũng dâng sớ cho Ngọc-Đế phạt tội". Rồi phán hỏi Tự Kỳ rằng: "Ngươi bấy lâu tụng kinh chi?" Tự Kỳ tâu: "Tụng Kinh Kim Cang". Phán: "Hay lắm! Mà tụng đặng bao nhiêu cuốn? Tâu: "Tôi không nhớ song tôi ăn chay hăm mấy năm, còn tụng kinh mười bảy năm". Vua truyền Phán quan tra coi tụng đặng bao nhiêu cuốn. Phán quan giở bộ đếm coi đặng ba ngàn năm trăm lẻ ba cuốn. Phán rằng: "Số ngươi còn nhiều, ước tụng cũng dư một tạng (một tạng là 5848 cuốn). Mà ngươi có rõ nghĩa lý trong kinh chăng?" Tâu: "Tôi không hiểu nghĩa cho hết". Phán: "Nếu hiểu nghĩa kinh mà ở theo và khuyên người nữa thì công đức lường không xiết. Chớ như tụng không thì công đức mười phần đặng có ba phần". Tự Kỳ tâu: "Mướn người tụng kinh thế cho mình có đặng phước chăng?" Phán: "Mướn người tụng, mười phần, đặng có một phần phước. Nhưng mà còn hơn kẻ không tụng. Khi trước ngươi tụng Kim Cang, chưa khỏi sai xiển. Lúc đương tụng trong lòng không ròng thanh tịnh, hoặc nhớ mấy việc này việc kia. Ấy là miệng tụng lấy có mười phần được phước không đặng hai ba phần. Vậy từ rày sắp sau phải rán sức suy nghĩ cho thông nghĩa lý, miệng tụng lòng tưởng. Gặp ai cũng giảng bốn câu kệ trong kinh Kim Cang, thì mới có trông về Tây phương đặng". Phán Quan tâu: "Người này cách thế gian đã năm ngày tim phải lạnh, chắc trong nhà đã liệm rồi e khó sống lại. Nếu Ngọc-Đế tra ra, ắt không tiện lắm. Xin vương gia cho hườn hồn sớm sớm". Vua phán rằng: "Không hề chi. Ngày mùng hai, 12, 22, ngày mùng năm, rằm, 25, mùng tám, 18, 28 đều là ngày lệ xử các phạm hồn tại đây. Nay là ngày mùng 8 (mùng tám cũng nhằm kỳ xử). Ta thấy người đời, không tin nhơn quả báo ứng dễ khinh lời thánh, chê bai Tam bảo (là Phật Pháp Tăng : Phật, kinh luật, thầy tu), các tội ấy rất nhiều. Nay cầm thiện sĩ một ngày, xem ta xử đoán lành dữ, nữa sống lại, thuật chuyện cho người đời nghe. Mau cho thiện sĩ uống một hườn thuốc Noãn Tâm này thì trái tim ấm tới bảy ngày". Rồi phán rằng: "Phàm các hồn đến cửa nhứt này, quá bảy ngày mới giải qua chín vua Thập điện, thì sống lại không đặng". Tự Kỳ tâu: "Vì cớ nào mái tây có nhà khách gọi là "Tây phương chú tiết", người phàm đến đó đặng chăng?". Vua phán: Không phải đến đặng. Phàm người thác đem hồn tới vua Tây nhạc xem xét, phê rồi mới giải đến đây trẫm xét rõ đáng luân hồi mới phê vào tờ rồi giải qua Đông Nhạc xem rõ mới phát một tờ rồi gửi qua Tây Nhạc xem rõ mới phát lệnh cho đi đầu thai, hồn ấy mới đặng đầu thai. Còn trừ ra ai trọn lành không dữ, hoặc ăn chay tụng kinh chơn tu thì trẫm không phép xử đoán, nên cho ở tạm mé tây, đợi trẫm viết triệu Kim đồng Ngọc nữ, đem tàng phướn báu rước hồn lên thiên đường". Tâu: "Sao gọi là thiên đường?" Phán: "Cõi thiên đường sáng láng rộng ngay. Nếu lòng ai sáng láng ở rộng rãi ngay thẳng, thì hồn lên thiên đường". Tâu: Còn địa ngục thể nào? Phán: "Chốn địa ngục thấp dơ đen tối. Nếu ai lòng ở hèn hạ, nhơ nhớp, xấu xa mê muội, thì hồn sa địa ngục". Tâu: "Những hồn lên thiên đường, hoặc sa địa ngục có luân hồi (đầu thai) chăng?" Phán: "Đã lên thiên đường, hoặc sa địa ngục đâu còn đầu thai, song cũng có khi vì chưa đúng bực cũng còn đầu thai nữa". Tâu: như vậy, bực nào phải luân hồi? Phán: Trong một ngàn người, may một hai người lên thiên đường. Còn ngàn người phỏng vài trăm người bị cầm địa ngục. Còn bao nhiêu (800) đều luân hồi hết. Bởi vì ai trọn lành, không phạm một điều dữ, mới đặng lên thiên đàng. Nếu ai trọn dữ không làm một điều lành, mới cầm địa ngục. Còn ai không lành không dữ, hoặc nửa lành nửa dữ, đều phải đầu thai". Tâu: "Hoặc kẻ trước làm lành, sau làm dữ hoặc người trước làm dữ sau làm lành, có kẻ dữ nhiều lành ít, kẻ thì dữ ít lành nhiều, vương gia mới xử làm sao?"

Phán: "Trước làm lành, sau sanh dữ, thì ghi dữ, chẳng ghi lành. Trước làm dữ, sau chừa lỗi làm lành thì ghi lành chẳng ghi dữ. Còn dữ nhiều lành ít, đem lành trừ dữ, còn bao nhiêu dữ, thì hành mà trả hoạ. Dữ ít lành nhiều, thì đem dữ trừ lành, còn dư bao nhiêu lành thì trả phước". Tâu: "Nếu ghi dữ chẳng ghi lành, thì những kẻ trước làm lành, sau làm dữ, cũng như người trọn dữ một thứ. Còn ghi lành chẳng ghi dữ, thì những kẻ trước dữ sau lành, cũng như người trọn lành một thứ, không phải chẳng chia nặng nhẹ sao?" Phán: "Chẳng phải nói như vậy! Bởi người làm lành chẳng trọn, thì Ngọc Đế ghét lắm, cho nên ghi dữ, chẳng ghi lành, song không phải chẳng kể sự lành của nó đâu, nhưng tính giảm hết phân nửa việc lành. Còn kẻ ăn năn chừa lỗi, thì Ngọc Đế thương lắm, nên ghi lành chẳng ghi dữ, song chẳng phải không ghi dữ chút nào, nhưng mà giảm phân nửa việc dữ". Tâu: " Tôi thường thấy người lành mà bị nghèo nàn, còn kẻ dữ lại đặng giàu sang. Trời báo ứng không rõ ràng nên người hiểu chẳng thấu!" Phán: "Người lành mắc họa e mặt lành mà lòng chẳng lành. Kẻ dữ mà đặng phước, e mặt dữ mà trong lòng không dữ. Thượng Đế trọng thiệt tình, chớ không cần sự làm mặt bề ngoài. Bởi làm mặt bề ngoài thì dối người đặng, chớ lòng dối trời sao đặng. Xưa nay quả báo chắc không lầm, song việc nhơn quả báo ứng có nhiều cách. Có khi dữ lành kiếp trước, mới trả đời nay. Lành dữ đời nay, kiếp sau mới trả. Hoặc đời nào trả theo đời nấy, có khi mới làm lành dữ mà trả lập tức nhãn tiền. Còn như ngươi nói: "Dữ đặng phước, lành mắc họa", là bởi làm lành, làm dữ đời nay chưa bao nhiêu, mà mắc trả lành lớn dữ lớn kiếp trước chưa rồi, làm sao ngươi hiểu thấu. Bởi vì trả kiếp trước của chúng nó, lành cho hưởng phước, dữ cho mắc họa, cho dứt nợ kiếp trước. Rồi mới xét lành dữ đời nay thiệt giả, nhiều ít, lớn nhỏ, trừ cấn, hoặc trả lại đời nay, hoặc để dành kiếp sau, hoặc trả cho con cháu nó. Việc báo ứng theo luật âm, hoặc sớm muộn, hoặc kín đáo, hoặc rõ ràng chắc không sai một mảy. Thiên lý nhiệm mầu, ngươi biết sao thấu? "Tâu: Sao gọi là đời nay mà chịu trả nhơn quả kiếp trước?" Phán: "Như con nít mà bị té sông, lửa cháy, bị đâm chém, bị tật bịnh, hoặc cọp ăn, rắn cắn, ngựa đạp, xe cán, trâu báng, hoặc các việc rủi ro, v..v..., thì đời nay nó đã biết làm điều chi dữ đâu mà bị trả họa, đó là trả họa kiếp trước. Lại còn học trò mới đôi mươi mà đi thi đỗ, hoặc là con dòng mà đặng thế chức, hoặc hưởng tổ ấm, phụ ấm, hoặc các việc may mắn thinh không, v.v... thì đời nay tuy chưa làm lành, mà đặng hưởng phước, ấy là trả lành kiếp trước. Coi đó mà suy thì hiểu: lành mà mắc họa, dữ mà đặng phước, là tại cớ ấy". Tâu: "Nếu người lành lên thiên đường hết, cũng không luân hồi thì trong đám đầu thai chẳng là không có người lành sao? Còn kẻ dữ đều cầm địa ngục, cũng không luân hồi thì trong đám đầu thai đều không có kẻ dữ rồi!" Phán: "Người lành cũng có khi luân hồi một khi là mười phần lành, còn chưa trọn lành một phần, thì cũng cho đầu thai xuống cõi trần chịu cực một phen, cũng như tu thêm cho trọn lành, rồi mới được về thiên đường, ấy là trời lấy lòng tốt mà bó buộc người lành đó. Còn kẻ dữ có khi một đôi người đặng luân hồi, là vì mười phần dữ chưa trọn, nên còn dung chế, cũng cho luân hồi, chịu cực khổ trăm bề hành phạt một phen cho đến thế làm cho biết ăn năn chừa lỗi, ấy cũng nhân từ của Thượng Đế như lòng mẹ thương con không nỡ giết đứa dữ". Tâu: " Bắt người lành đi đầu thai thì người lành khổ lắm! Còn kẻ dữ cũng được đầu thai, thì kẻ dữ rất may chăng? Sao Trời không phân biệt?" Phán: "Không phải vậy đâu. Cho người lành đầu thai hưởng giàu sang vinh hiển là thiên đường tại đời sao gọi chịu khổ? Còn cho kẻ dữ đầu thai chịu khó hèn tai nạn, cũng như địa ngục tại dương gian sao gọi rất may? Huống chi người lành hưởng cảnh thuận, nếu tu nhân tích đức thêm thì lên thiên đường. Nếu hưởng phúc giàu sang mà làm dữ quá, trừ hết phước dư tội thì cũng không siêu được. Nếu kẻ dữ bị cảnh nghịch tai nạn mà biết ăn năn vì lỗi trước lo tu đền tội, thì cũng hết khổ, bằng không tu thì đọa địa ngục đã ưng, hết trông đầu thai nữa. Coi đó thì đủ biết họa phúc tuy là trời định song lòng người lành dữ cũng đổi dời việc, may rủi tuy bởi số phần, mà lòng người ở dữ lành cũng bởi số mạng. Cho nên họa phúc số mạng không chắc gì, do tại làm lành làm dữ mà đổi dời hoài".

Tâu: "Như vậy Thiên Đường địa ngục siêu đọa là tại lòng người muốn, tự do làm chủ. Nếu tôi là người không làm chủ cái tâm tôi, ấy là: Thiên đường nọ, có đàng chẳng bước; Địa ngục kia, không cửa lại tìm!" Phán: "Phải , xét lại người là người sẽ lên Tây Phương, nên lòng mau tỉnh như vậy". Nói chuyện dứt lời rồi, Phán quan tâu: "Các phạm hồn tựu đủ hầu tra". Vua xem lời phê của Tây Nhạc rằng: "Bọn Từ Húc cộng 752 hồn, đáng đầu thai". Vua đều phê cho chúng nó được giải qua vua Đông Nhạc lãnh tờ đầu thai hưởng phước. Coi lời phê trọn lành ba hồn được siêu, kể ra sau đây:

1. Một nàng thiện nữ là Liễu Thị, chí hiếu với mẹ chồng nuôi đau cực khổ lại hay bố thí cho kẻ tù ăn: xuất tiền sửa cầu đắp đường, làm nhiều việc lành, không nói một lời tổn đức, chẳng làm một điều chi hung dữ, lại ăn thập trai đã năm mười năm và hay tụng kinh Phổ Môn nữa.

2. Một tên thiện dân là Dương Thăng, thảo cha mẹ, thương anh chị em, cung kính kẻ lớn, ở nhơn từ rộng rãi hay thương người. Không ăn gian một đồng tiền, chẳng tham lam ngàn lượng bạc. Cứu người ngặt nghèo, giúp người nguy cấp. Vài trăm người nhờ ơn giúp dùm, mấy chục nhà nhờ tay cứu sống. Công ơn bố thí lớn lắm.

3. Một vị thiện sĩ là Trương Quan Diện ở huyện Võ Lăng, tuy nhà nghèo mà thủ phận, cực khổ mà bền lòng. Đặt sách vài trăm cuốn, đều nói chuyện khuyên đời. Dạy học trò giữ

nhân nghĩa làm đầu, kết bạn hữu ngay tín làm gốc. Tuy chẳng ăn lạt, mà lòng lành như ăn chay. Tuy chẳng niệm kinh, mà lời hiền như niệm kệ, lòng mình đều sạch sẽ, lời nói chẳng dữ hung.

Ba vị ấy đều đáng đầu thai về Tây Phương, được liên hoa hóa thân dực thượng (như Na Tra khỏi cha mẹ sanh nữa).

Vua xem lời phê của vua Tây Nhạc rồi phán rằng: Mau vời Kim đồng Ngọc nữ đem tàng phướn báu xuống rước ba hồn đưa về Tây Phương (Kim đồng rước hồn nam, Ngọc nữ rước hồn nữ), còn tại ti này, phải nổi trống trổi nhạc, thắp hương chưng hoa, sắp đặt hạc tiên mà đưa ba vị ấy. Còn các hồn phạm tội , chiếu y theo số thứ tự trong đính bài, dẫn vào trầm xử".

1) - Phán quan tâu rằng: "Hồn phạm số thứ nhất là họ Dư, ở huyện Huỳnh Châu, tú tài thi đỗ cử nhân, hai khóa không đậu tấn sĩ, đặng bổ chức tri huyện Huyện Tú Thủy trào Thanh, lên lần tới chức Chủ Sự ở sở Hình Bộ, sau làm chức Lang Trung sở Công Bộ; lại qua sang chức Thị Lang ở Hộ Bộ rồi qua sở Lại Bộ đặng năm tháng mới thác. Tra án tên phạm này từ hồi đỗ tú tài tới làm huyện, không làm một mảy lành, đến làm sở Hình Bộ, giết oan 13 mạng. Làm sở Công Bộ ăn hối lộ rất nhiều. Làm sở Hộ Bộ ăn hối lộ nhiều bạc lắm. Sau lên sở Lại Bộ càng dạn hơn nữa bán chức quan mà ăn, miễn đầy túi mình không cần ai khóc. Tội này đáng đọa địa ngục A Tỳ, không đặng đầu thai". Dư đứng dậy bái và tâu rằng: "Tôi đã làm quan lớn, xin vương gia châm chế cho tôi còn thể diện". Vua nạt mà phán rằng: "Khốn kiếp! Dương gian trọng người chức lớn, tại âm phủ trọng đức chứ không trọng tước quyền; kẻ đức hạnh lớn, đầu ăn mày trẫm cũng kính lễ. Nay ngươi còn ỷ thế làm quan mà cự với trẫm sao? Quỉ dạ xoa lấy chùy sắt mà đập đứa khốn này cho chí tử". Họ Dư tâu rằng: "Tôi có

ăn thập trai tụng kinh Chuẩn-Đề". Phán rằng: "Ngươi ăn thập trai niệm kinh chú Chuẩn-Đề, mà cầu công danh bền bỉ. Ngươi phải hiểu nghĩa hai chữ Chuẩn-Đề. Phàm người muốn cầu giàu sang công danh, hoặc cầu con cầu thọ, thì phải chừa mười điều dữ là: chẳng kính trời đất, chẳng kính tam quan, chẳng thảo cha mẹ, chẳng thuận anh em, chẳng ngay vua chủ, chẳng tin thiệt, chẳng lễ nghi, chẳng xử nghĩa phải, chẳng thanh liêm trong sạch, chẳng biết hổ thẹn. Đã chừa 10 điều dữ ấy, lại còn theo luật Công-Quá-Cách, mỗi ngày tụng kinh Cảm Ứng cho nhớ mà sửa lòng, không dám hở một bữa, chẳng dám tính một điều trái lẽ. Như vậy thì ăn thập trai, niệm chú Chuẩn-Đề cảm động lòng Trời. Còn ngươi bấy lâu làm dữ nhiều điều, cứ bia tiếng Chuẩn-Đề, mà trông trả phúc, là theo ngọn, chẳng gốc, mà giữ cảm động vào đâu? Nhằm ngày thập trai, ngươi quên ăn mặn lỡ bữa khác ăn trai mà trừ, hoặc đám tiệc chúng ép thì ngươi đình ngày chay mà ăn mặn. Theo phép đã ăn chay, thì không lẽ ăn bữa khác mà thế ngày quên, cũng không đặng xả đỡ ngày chay mà ăn mặn. Nếu thế hoặc xả thì không phải lòng thành, còn chi kể nữa? Ăn thập chay như ngươi đó lại càng thêm tội, đừng cãi nhiều lời. Mau dẫn nó qua A-Tỳ địa ngục!"

2) - Kêu số thứ nhì họ Tân, ở huyện Hớn Dương. Tú tài thi đậu tới tấn sĩ, làm quan tri phủ Thái Nguyên, ba năm mới thác. Phạm đồ này khinh dễ luật Thiên-Đình, không kể mạng người, trấn nhậm ba năm, ăn hối lộ tới mười mấy muôn lượng, không cần việc nước. Đời nay ngươi đặng thi đỗ làm quan, là vì kiếp trước là thầy chùa, có công dọn đường núi và đắp lề vài trăm trượng (vài ngàn thước mộc). Nào hay đời nay đổi lòng tới thế mà phụ ơn Ngọc Đế ban thưởng!

Phán quan đọc án rồi. Họ Tân tâu: "Tôi khi sống mê mụi không dè có việc Địa Phủ xử tội như vậy. Nay mới ăn năn tỉnh lại. Trong nhà tôi còn vài muôn lượng bạc. Nay thấy đền vua hư cũ, dưới thềm nhiều hồn đói rách. Tôi tình nguyện dâng hết bạc mà tu bổ đền vua, còn dư bố thí cho hồn đói mà đền tội chẳng biết ý vua định thế nào?" Phán rằng: "Nay ngươi ăn năn đã muộn quá! Đền âm phủ của trẫm, há dùng của vạy tà mà tu bổ sao? Còn ngạ quỉ (ma đói) là tại chúng nó khi sống làm dữ nay phải chịu khổ, ai cầu bố thí cho nhọc công. Huống chi lúc ngươi còn sống, hay kiếm mưu này kế kia mà thâu của cho nhiều, nào có thương ai đói mà bố thí. Phải chi ngươi làm phước cho sớm, thì đã tiêu tội rồi, đâu có ngày nay mắc án. Mà lại vài muôn lượng đó, có phải của ngươi sao? Mười mấy năm trước, trẫm đã cho oan gia đầu thai làm bốn trai hai gái của ngươi, ngươi thác chưa đầy hai tháng chúng nó theo điếm đàng, bài bạc đã phá hết ráo sự sản rồi; ít lâu đây con trai ngươi sẽ đi trộm cướp, con gái ngươi sẽ vào lầu xanh, làm hư tiếng tông môn nhục nhã!" Họ Tân nghe qua động lòng khóc ngất, tiếng rống ồ ồ! Quỉ sứ lấy chùy đồng đập đùa, té xỉu tại đất! Giây phút tỉnh hồn, bị dẫn qua địa ngục.

3) - Phán quan truyền dẫn hồn kế đó vào nữa, đọc án rằng: "Phạm hồn họ Triệu ở huyện Huỳnh Châu trước làm thơ lại (thơ ký), sau lên chức huyện thừa tại huyện Vĩnh Bình mới chết. Hồi 18 tuổi làm dữ rất nhiều. Đến làm quan, ăn của chúng, hại mạng dân. Sai thâu thuế kẹp khảo dân nghèo. Lo vừa ý quan trên, khắc bạc dân dưới. Đáng ghét hai khoảng này: Đi xét án nhân mạng, cứ theo tiền mà làm án thiệt giả, nghĩa là lo bạc thì quả bị giết cũng gọi tự vận, không lo bạc thì tự vận cũng vu người giết. Còn xử điền thổ, hễ ai lo nhiều bạc thì đặng ruộng đất, nên trong túi tham, đựng vài ngàn lượng vàng. Bởi cớ ấy, khi còn sống đã phạt tuyệt tự, mà chưa hết tội. Nay trước nấu đầu mà rửa hồn cho dân, rồi sẽ cầm Địa ngục A-Tì, không đặng đầu thai nữa."

Họ Triệu tâu: "Lời xưa nói: Vì nghèo mới làm quan. Như

vậy ăn của dân cũng là phải. Nếu buộc sự hối lộ mà làm tội thì kẻ làm quan lấy chi mà nuôi gia quyến và đãi quan khách, của đâu mà đi lễ cho quan trên?" Phán: "Như minh oan cho người, hoặc lấy lẽ ngay mà xử cho đúng phép công bình theo luật, kẻ khỏi hàm oan, người ngay khỏi bị hại, người cám ơn vì xử công minh, nếu chúng nó giàu có cám ơn, nên vui lòng mà cho tới bạc ngàn mình cũng không lỗi. Chớ như không lợi ích cho người chút nào, lập thế này bày mưu nọ mà ăn của người, hoặc bó buộc kể ơn ra giá, xách bức cho người phải lo, dầu ăn một đồng tiền cũng có tội. Khác nào bênh vực cho kẻ vạy, làm cho ra ngay mà ăn tiền thì oan ức cho người ngay lắm tội biết bao nhiêu. Ngươi thử nghĩ, những của ngươi ăn đó có phải nghĩa công bình chăng? Người ta vui lòng tình nguyện đền ơn cho ngươi chăng? Có đáng công ơn theo lẽ minh oan, tự nhiên mà người cho chăng? Hay là kiếm cớ lập thế mà cướp của người chăng? Ngươi còn già miệng mà chữa mình sao?" Họ Triệu tâu: "Tôi có ăn chay vía Tam Quan (là ba rằm lớn, tam nguơn; rằm tháng giêng vía Thiên-Quan, rằm tháng bảy vía Địa-Quan, rằm tháng mười vía Thủy-Quan) thật là trông ba vị Tam-Quan Đại-Đế bảo hộ. Nào hay bây giờ bị hoạn nạn này, ba vị Tam-Quan Đại-Đế, sao chẳng đến mà cứu tôi!" Phán rằng: "Lời nói dữ ấy, tội đáng bằng hai, lấy bàn tay sắt vả miệng nó mười hai cái. Ba vị Tam-Quan Đại-Đế là Thiên-Quan, Địa-Quan, Thủy-Quan, ba vị Thần ngay thẳng phò hộ người lành. Người làm lành, tuy chẳng ăn vía ba rằm lớn, Ngài cũng cho thêm phước, há bảo hộ ngươi là bọn không nhân nghĩa sao? Nếu ngươi làm lành mà ăn chay, thì chay ấy giúp thêm việc lành. Nếu làm dữ mà ăn chay, là giới việc ăn chay mà làm dữ, sao dám nói hồ đồ? Truyền dẫn qua địa ngục".

4) - Phán quan đọc án kế: "Họ Châu ở huyện Đông Thành qua ngụ đất Hớn Ngẫu, nổi lò thợ bạc, hay chế bạc thấp bạc giả mà hại người mất tình nghĩa, hư thể diện; làm tội nhiều

điều. Trừ ra một tội đáng ghét là: Một người buôn bán ở huyện Ky Thủy, đem một trăm ba chục lượng bạc lộc có dư, mướn y nấu ra bạc chín (nghĩa là bạc mười, nấu ra bạc chín, chín chỉ bạc pha một chỉ đồng). Nó lấy hết phân nửa bạc lộc, pha đồng phân nửa, nấu ra bạc năm. Kẻ buôn bán lầm, sau buôn bán nửa đường mới hay bạc năm, bị lỗ khánh tận mà chết. Tuy người ăn gian sáu chục lượng bạc lộc, bị thời khí uống thuốc đã tiêu hết bạc, mà tội vẫn còn. Tra bộ trọn đời ngươi, không có điều lành mà trừ cấn. Nên truyền dẫn qua hỏa thành (thành lửa) mà thiêu trọn một tháng, cho người bớt tức. Rồi giam vào Địa ngục, không đặng luân hồi".

5) - Phán quan đọc án kế: "Họ Tiền, ở huyện Ma Thành xóm Trịnh gia: làm cai trong huyện ấy. Cả đời nay nó xúi chúng kiện thưa mà ăn chia của đem lo. Nó có xúi người cháu chồng kiện thím dâu mà thủ tiết, đoạt sự sản của thím dâu, mà ăn lo lót (ăn chia) hơn năm trăm lượng bạc. Tiết phụ bị ức hiếp, tức mình phát bịnh mà chết! Huống chi còn nhiều tội dữ khác lẽ nào mà đặng đầu thai, dẫn nó quăng lên núi dao mà trị tội". Họ Tiền tâu: "Tôi có cữ sát sanh sáu bảy năm, nhờ ơn vua dung chế". Phán: "Ngươi đừng nói khào! Đã biết cữ sát sanh là việc lành, sao ngươi biết tiếc mạng vật mà chẳng thương mạng người? Ngươi thuở nay xúi kiện cáo, tranh đua việc phải quấy, hại chẳng biết mấy mạng, cứu sống mạng vật mà giết mạng người, ấy là không phân gốc ngọn lớn nhỏ. Thượng Đế có vì sự nhỏ mọn ấy mà tha tội lớn hay sao? Huống chi ngươi cữ sát sanh mà làm mặt tốt, mua danh lành, chớ không phải lương tâm chẳng nỡ. Song ngươi kêu nài lắm trẫm tha khỏi cầm ngục đao sơn, cho được đầu thai, mà phải làm con nhà nghèo, mang hai tật câm và quáng, đi ăn mày trọn đời, nếu biết thân mà giữ bổn phận, đền tội mãn đời, sau sẽ nghĩ lại".

6) - Phán quan đọc án kế: "Họ Thơ ở phủ Thừa Thiên, con

chức điển sử, bổ làm thơ lại (thơ ký) tại phủ. Ba mươi tuổi mà chết. Hồi xuân xanh đánh bóng quến người, phá của chúng, hại mạng người không biết bao nhiêu, tuy tại chúng nó đắm sa song cũng tại ngươi tham của mà quyến luyến: không thể nào dung tội ngươi được.

Huống chi ngươi trưởng thành lại càng đắm sa tửu sắc, lấy vợ con người, chẳng biết bao nhiêu mà kể. Nếu nàng nào không thuận thì lấy thế quan mà vu họa hại người! Cho nên vào nhà nào, phụ nữ cũng sợ oai mà chịu hiếp. Tội dâm ác thái quá, giết cũng chưa vừa đáng giam vào trong địa ngục đao kim". Phán quan tâu: "Tên tội này có hiếu với mẹ lắm. Mẹ ngoài sáu mươi tuổi đau nặng. Y sắc thuốc nếm rồi mới dâng, đêm nằm không cởi dây nịt. Vài tháng như vậy, cơn mẹ bịnh ngặt, không ăn đặng, y cắt thịt bắp vế nấu cho mẹ uống đỡ nước cho bổ, sống rán vài ngày. Như vậy cũng nên rộng dung chút đỉnh". Phán: "Thượng Đế tuy ghét tội dâm ác lắm mà rất trọng con thảo. Bởi nó biết nuôi cha mẹ là hiếu, mà chẳng biết phải giữ mình mới trọn hiếu. Trẫm tha khỏi cầm ngục đao kim, lại đặng luân hồi, song làm điếm lầu xanh mà đền tội dâm ác. Nếu sau biết ăn năn sẽ nghị lại". Phán rồi cất điệp (giấy) cho qua vua Đông Nhạc mà đầu thai.

7) - Phán quan đọc án kế: "Họ Tôn ở huyện Võ Xưng 19 tuổi cải họ Trưng, đi lính hầu tại phủ, đã hay bợ đỡ quan phủ, lại thạo mua việc. Lớn mật dạn dĩ, gian hùng hẳn hòi. Hầu việc các dinh, ông quan nào cũng bị y nói gạt hết. Đến nỗi mạng người sống thác, đều tại tay y; việc làm phải quấy đặng thất, đều tại miệng nó. Sự dữ đã đầy, tội đếm không hết. Luận tội dương gian khó thứ, luật hình âm phủ không dung. Mau dẫn qua địa ngục đao san". Họ Tôn tâu: "Tôi có cúng năm chục lượng bạc mà thếp vàng cho phật tại chùa Báo-Ân. Lại cúng bạc đầu thắp đèn lưu ly bàn phật tới ba năm. Vả lại mỗi

tháng mồng một và rằm tôi đều ăn chay, niệm Phật Di Đà một
ngàn câu". Phán: "Đồ khốn nè! Nếu làm dữ, sau biết ăn năn
chừa lỗi, làm phúc niệm Phật Trời thì Trời tha tội. Có đâu
mượn tiếng cúng chùa niệm Phật, mà làm dữ thẳng tay, Phật
Di Đà há giúp sức cho ngươi làm dữ sao? Ví dụ: Kẻ vì tửu sắc,
sanh bệnh, uống thuốc bổ dưỡng lại. Nếu cữ tửu sắc, thì uống
mới hay. Nếu mê sa tửu sắc, như xưa, thuốc bổ sao cho lại tửu
sắc? Lẽ nào thuốc giúp sức cho kẻ tửu sắc nổi? Dẫn nó qua
ngục cho mau, đừng để cãi rán".

8) - Phán quan đọc án kế: "Họ Ngô, ở huyện Huỳnh Cang
hồi nhỏ đi học, thi khoa tú tài không đậu, học qua nghề viết
đơn mướn". Vua phán: "Xưa nay kẻ viết đơn thưa kiện, không
ai hiền lành bao giờ". Họ Ngô tâu: "Tôi là kẻ đại thơ, cứ việc
thế cho kẻ dốt, chớ không làm điều chi dữ". Phán: "Kẻ bố thí,
phước chẳng phải tại của mà tại lòng; kẻ chém giết, tội chẳng
tại gươm mà tại ý. Ngươi đã viết đơn kiện cáo, trong ý tính nói
bó buộc cho gắt như muôn ngọn lửa cháy lan khó dập. Nghiên
mực độc hơn ao huyết, ngòi viết bén quá lưỡi gươm. Đặt một
chữ, phá nhà người rất dễ; sửa một nét, giết mạng chúng như
chơi. Dưới lưỡi độc, đủ đồ roi kẹp; trên tờ đơn, đều cửa ngục
hình. Sửa đi còn sửa cho hay, buộc trước lại buộc sau cho gắt!
Kẻ quả tang muốn bắt cho mau, người không tội quyết gài cho
mắc. Có khi trợ tiên cáo mà nói gian, gặp lúc binh bị cáo mà
ngoái lại. Có khi bày chước quỉ, làm bộ giết bị mà hại tiên
(nguyên cáo). Nhiều lúc đặt lời ma, làm bộ giết tiên mà hại bị.
Lòng độc ác như yêu khó độ, mưu sâu tợ quỉ khó dò. Kể sao
xiết sự tội ác của ngươi, mau dẫn qua mổ bụng rút ruột, hành
cho đủ tam đồ, rồi sẽ đày nơi địa ngục".

9) - Phán quan đọc án kế: "Họ Trần ở huyện Ky Thủy bị
án ăn trộm". Vua xem án rồi phán rằng: "Ngươi may đặng làm
người, sao theo trộm cướp"? Họ Trần tâu: "Tôi hồi nhỏ thiếu

ăn thiếu mặc, cha mẹ em út kêu đói như bộng, vả lại năm thất mùa, lúa gạo mắc, sưu cao thuế nặng, cùng chẳng đã mới đi ăn cướp!" Vua ngó Phán quan mà phán rằng: "Người này tuy là ăn trộm, song nói cũng phải lẽ. Hãy tra bộ sổ cho kỹ, coi làm các án ra thể nào?" Phán quan tra bộ rồi tâu rằng: "Họ Trần có giựt đồ của kẻ buôn bán đi ngang núi Mai Lãnh, tại huyện Ky Thủy. Sau bị bắt nguội, giải đến quan huyện họ Từ, vốn là người ở huyện Ngô, phủ Tô Châu, truyền y viết lời khai. Họ Trần viết bài thơ như vầy:

Bất tu hiệp tát, bất tu xảo,
Nễ tỉ xuyên du, thuật cánh cao!
Xa thủ, thủ nhơn can dữ não.
Mãn xang đô thị sát nhơn đao!

Tạm dịch:

Lựa là kẹp khảo, lựa là tra
Chước nhiệm nhà người, xảo quá ta
Tay xá móc gan, rồi lấy huyết
Gươm đao đầy bụng mở hằng hà

Quan huyện họ Từ xem thơ, rồi nói với các thơ lại rằng: "Chúng ta thiệt cũng như ăn cướp còn muốn xử tội ăn cướp sao? Các thơ ký cai bếp quân lính đều đi bắt đầu này đầu kia, mà kiếm chác cho ta, thì cũng như bọn lâu la kiếm của tang cho chủ trại! Chi bằng ăn năn cho sớm, lo tu nhơn tích đức mà nhờ thân sau, cho khỏi mắc đọa." Các người nha dịch đều bẩm rằng: "Chúng tôi đã tập quen thói dữ rồi, vả lại bị nuôi gia quyến khó nổi ăn năn chừa lỗi!" Họ Trần nói: "Có khó chi kẻ tu thân phải có can đảm, trí tuệ khác hơn người thường cũng sấn sướt mạnh mẽ như lòng đứa ăn cướp, thì mới nên việc. Đứa trộm cướp dạn dĩ không sợ mới dám phá cửa mà giựt của người, dễ như trở tay, muốn làm sao thì làm vậy. Nếu quyết hồi tâm đi tu, thì cũng phải can đảm sấn sướt như vậy thì dữ

nào mà bỏ không rồi, lành nào mà làm không đặng!" Nói rồi
ngâm bài kệ như vầy (nho kêu thi, phật kêu kệ):

> *Cang đao bổn bất dẫn nhơn hung*
> *Pháp khánh bất hội giáo nhơn thiện*
> *Cang đao pháp khánh lượng vô tình*
> *Chỉ thử nhứt tâm phân lưỡng nguyện*
> *Hướng lai thất cước tự du du*
> *Kim nhật hồi đầu giai chiến chiến*
> *Cải ác tùng thiện hữu hà nan*
> *Tác đạo vi quan cu mạc luyến.*

Tạm dịch

> *Cương trừng há giục người làm dữ*
> *Chuông tự nào khuyên thế ở lành?*
> *Chuông kim vốn không hiền với độc,*
> *Tánh tình sẵn có trược cùng thanh,*
> *Xưa mê ngủ gục say vô độ,*
> *Nay tỉnh ăn năn sợ thất thanh*
> *Chừa lỗi hồi tâm tu dễ quá,*
> *Ăn lo, ăn cướp bỏ thì thành.*

Khi ấy nội nha môn nhiều kẻ hồi tâm, từ chức đi tu mười
mấy người. Phán: "Quả có công đức ấy, đủ chuộc tội trước;
huống chi lấy của, chớ chưa hại mạng người đáng giảm tội
phân nửa. Đáng ghét tội gian dâm, vì no ấm có dư mà sanh sự.
Phải suy phân đạo tặc, bởi đói nghèo không đủ mà liều thân.
Sự cùng mà biến, tội cũng đặng dung. Tha tội họ Trần, cho
giấy qua vua Đông nhạc, lãnh phần đầu thai làm thầy chùa du
phương tại núi Thiên Thai. Nếu chịu khổ hạnh tu hành, sau sẽ
siêu độ".

10) - Phán quan đọc án kế: "Họ Trần ở huyện Viên Dương,
tự hồi nhỏ hoang đàng, làm biếng, hủy của, làm cho cha mẹ

đói lạnh cực khổ, ưu phiền sanh bịnh mà thác, vì con không
cần kiệm mà dưỡng nuôi, còn nó tới 49 cũng chết đói." Phán:
"Tuy ngươi không làm điều chi dữ lắm, nhưng mà làm biếng
lại xài lớn. Xưa nay đứa trộm cướp chẳng phải ham giết người
lại đốt nhà làm chi, điều bởi làm biếng lại xài to, túng cùng mới
biến ra nghề ấy. Cho nên siêng làm và tiện tặn, thiệt là cội rễ
nên nhà, mà cũng là gốc trau mình sửa nết nữa. Kẻ có nhơn,
người quân tử, ai cũng cần kiệm. Tại ngươi không siêng làm,
mà chẳng tiết kiệm, để cho cha mẹ đói lạnh mà thác. Như vậy
không cần kiệm tuy là lỗi nhỏ mà tội không nuôi cha mẹ là bất
hiếu khó dung. Dẫn nó qua pháp trường, mổ bụng lắt bao tử
và móc ruột mà trị tội xài lớn. Rút cho hết các sợi làm biếng,
mà trị tội bất cần. Nay cha nó đã đầu thai làm chức thơ lại tại
huyện Thường Châu, ở sau chợ Tây Môn, cho nó đầu thai làm
heo của cha nó, đặng bán lấy tiền, mà trừ tội bất hiếu đời trước".

11) - Phán quan đọc án kế: "Họ Khương ở Châu Hưng
quốc, là nhà giàu bất nhơn, năm mươi mốt tuổi, bị dân nghèo
là họ Hồ giết. Họ Khương giàu lớn hơn nội châu ấy, vựa lúa
mà bán cho các lái khắp nơi. Nội xứ chết đói vì trong năm thất
mùa, họ Khương chẳng thí cho nhà nghèo một nắm lúa gạo.
Khi ấy quan phủ, quan huyện cho mời, bảo bố thí cho dân đói,
y lo hối lộ cho khỏi bố thí. Đến nỗi bà con hoạn nạn chết đói,
y cũng không ngó tới!" Phán: "Ngươi bình sanh trọng tiền
bạc, chẳng hề cho ai vay mượn, lòng ở khắc bạc gắt gớm độc
hơn tội giết người, không thể nào dung đặng". Tâu: "Tôi mới
biết gắt gao rít róng mắc tội nơi luật trời. Xin vương gia tha tôi
về, đặng tôi cải ác tùng thiện, xuất hết tiền của lúa gạo mà bố
thí cho dân nghèo. Xin vua rộng lòng y tấu". Phán: "Ngươi
còn trông sống lại hay sao? Kho lẫm trong nhà còn thuộc về
của ngươi hay sao? Con cái ngươi đều là oan gia, thiệt con đòi
nợ chưa đầy một năm nó đã phá hết sự sản, không còn sót món

nào!" Khương nghe rõ khóc ròng than rằng: "Tôi bấy lâu chắc mót quyết để lâu dài. Cùng chẳng đã xuất một đồng điếu mua củi, hoặc mua rau cải cũng còn tiếc lắm. Ai dè con là tội báo cừu nhơn đầu thai vào mà phá hết sự sản tức biết chừng nào!" Phán : "Cái tội gắt gớm cũng như tham gian. Trước giam theo ngạ quỉ, bỏ đói cho lâu. Sau sẽ cho đầu thai làm ăn mày, chịu đói rách mà đền tội bỏ đãy buộc chặt".

12) - Phán quan đọc án kế: "Họ Doãn ở huyện Quy Đức làm thầy thuốc mập mờ, hốt thuốc phạm chết vừa nam vừa nữ cộng mười một mạng. Tánh hảo ăn thịt trâu lắm, bữa nào cũng có thịt trâu mới chịu cầm đũa tội ấy cũng nhiều. Tuy trốn khỏi tội dương gian, chớ lánh sao cho khỏi luật âm phủ". Phán: Phạt nó đầu thai làm trâu mười một kiếp, mà trừ tội phạm thuốc mười một người.

13) - Phán quan đọc án kế: "Họ Lý ở huyện Thần Châu, ròng nghề làm mai mối. Miễn có tiền mướn mà ăn, thì quyết dụ gạt con gái nhà lành, ở đợ, làm bé mà chẳng động lòng thương. Đến nỗi làm mai con nít cho ông già, cột mối bà già cho trai nhỏ, bọn ấy không vừa ý, tức mình phát bệnh mà chết hết bảy người, vì không thể sanh đẻ nối đời đặng". Phán: "Bởi tội y nói xảo mà rù quến gạt người, nên bị án nặng. Truyền cắt lưỡi, bẻ răng, bỏ xuống hầm đời đời, cho oan hồn bớt tức".

14) - Phán quan đọc án kế: "Họ Phùng ở huyện Miễn Dương, là tên tá điền, năm nào cũng giấu bớt lúa mà đong chút đỉnh. Nếu năm nào mà trúng mùa, thì đem lúa ngâm nước một đêm mới đong lúa ruộng. Chủ điền tức mình, lấy ruộng lại cho người khác mướn, nó cũng mướn thầy kiện không chịu giao. Nếu làm ra lẽ, để cho người khác mần, thì tới khi gieo mạ, giống lúa sớm nó lén vãi lúa muộn vào, hoặc lúa muộn, vãi lén lúa sớm vô, lộn lạo cho thất mùa, phải bỏ cho nó mướn. Tội hung dữ ngang ngược thái quá không phải tầm thường. Đáng

phạt đầu thai làm đứa ăn mày bại xuội, mà đền tội ngang tàng kiếp trước".

Họ Phùng tâu: "Tôi có thấy chỉ dụ của Vương gia, phàm dân ruộng rẫy, đều cần kiệm cực nhọc, đâu có tội gì nhỏ mọn đều rộng dung. Vậy xin vương gia ân xá". Phán: "Kẻ lo làm ruộng, tay chân mỏi nhọc không hở, ăn uống cực khổ dư ra thì bán cho đời, thiên hạ đều nhờ công lao kẻ làm ruộng. Vậy mới có công với đời, nên tha lỗi nhỏ. Có đâu tham gian độc dữ như ngươi, đừng có nói nhiều chuyện, quỉ sứ dẫn đi giải cho mau".

15) - Phán quan đọc án kế: "Họ Uông ở huyện Than Âm, cha nó ăn chay làm lành, nó chẳng nghe lời cha dạy. Cả đời làm nghề đánh cá, mỗi ngày bắt cá chạch, lươn, tôm, trạnh cua đinh, không biết bao nhiêu mà kể. Cha nó có quở la thì nó cự và mắng lại như cơm bữa. Song nó có hiếu với mẹ lắm, mẹ nó đau, thì lo chạy thang thuốc, nuôi dưỡng hết lòng. Bởi cớ ấy, nên Táo Quân có tâu với Thượng Đế cho trừ án nặng". Vua ngó phán quan mà phán rằng: "Tên này trái lòng nhân của Thượng Đế, vì lòng Trời muốn người vật sanh ra cho nhiều không muốn giết hại". Rồi day lại, phán quở rằng: "Loài cá trạnh cừu oán chi với ngươi, nếu có việc chi phải lễ như là cúng ông bà, nuôi cha mẹ, cùng chẳng đã bắt đỡ mà dùng. Vậy nên Đức Khổng Tử câu mà chẳng lưới cũng là thể theo lòng nhân của trời. Nếu chài lưới đánh như ngươi, mà nhiều người làm như vậy, thì không còn sót tôm cá lươn trạnh. Nếu tính mỗi mạng vật, cho người đầu thai mà thường mạng, thì muôn đời cũng chẳng dứt nợ oan trái ấy. Lại thêm mắng cha, tội lớn thấu trời, mau dẫn qua địa ngục". Phán quan tâu: "Vương gia thường trọng chữ hiếu, tên này cơn mẹ bệnh, nuôi dưỡng lo chạy hết lòng, khi mẹ liệt, nó lóc thịt bắp vế mà nấu cháo cho mẹ ăn bổ cầm hơi, cũng nên trừ cấn". Phán: "Bất hiếu với cha, mà chí hiếu với mẹ, trẫm cũng rộng lượng cho trừ. Tính

một tội đánh cá, cho đầu thai làm đứa hung hoang, hai mươi tuổi bị quan xử trảm".

16) - Phán quan đọc án kế: "Họ Trần ở Hớn Trấn, lòng xảo trá mưu kế không lo nghề nghiệp làm ăn. Hằng ngày rủ ren con em nhà lương thiện đánh bài bạc mà lấy xâu và ăn gian ăn lận nữa, đến nỗi nhiều người tán gia bại sản, mà thói dữ cũng không chừa. Lại lập thế bắt con gái nhà nghèo làm hầu thiếp, (như lập thế tiền trái hậu mãi). Hai tội nhập một nặng nề". Vua phán: "Nghề bài bạc hại người độc hơn nước lửa trộm cướp. Nếu bị thua quá, thì phải bỏ nghề nghiệp, đổi lòng ngay, gái trai cũng hư danh thất tiết, tới nỗi tan gia sản, liều thân mạng. Ngươi tai mắt không thiếu đủ tay đủ chân, sao không học nghề nghiệp làm ăn ngay thẳng, mà chỉ độ cho qua ngày. Trên làm tên dân không phạm luật triều đình, dưới làm người phải, khỏi nhơ danh tổ phụ. Lẽ nào dùng tai mắt mà làm quấy, lo mưu kế mà gạt người. Cái thân hữu dụng, làm tội vô cùng. Khác nào: ăn thịt người cho no bụng, phá nhà chúng đặng vui lòng. Cho hay: quỉ thần giận ghét tội không dung, trời đất xây vần oan phải trả. Tuy phạt người tuyệt tự, trừ mưu bắt chúng mà làm hầu. Chớ tội chứa cờ bạc, không thế nào trừ đặng. Quỉ sứ chặt mười ngón và hai tay, rồi mổ bụng móc tim rút ruột. Rốt lại cầm hoài nơi địa ngục, không đặng đầu thai". Họ Trần tâu: Tôi tối dạ đi học không nên, tập bài bạc kiếm tiền dễ lắm. Lỡ vào nghề đó, sanh gian sanh lận. Song ăn thì vùa, thua thì trả, hai bên tình nguyện như nhau. Chớ tôi không giựt của, xin Vương gia dung thứ". Phán rằng: "Rủ ren kẻ thiệt thà, ăn gian ăn lận, đầu anh em cũng quyết lột da, huống chi bằng hữu mà không mổ mật. Khiến người mất của, ngươi mới đẹp lòng. Ai dại gì tình nguyện đem của mà cho ngươi, cũng tại ngươi lập thế thần mà đánh bẫy, ngoài chuốc ngót nói lời ngon ngọt, làm như thiết nghĩa ruột rà, nào là đãi ăn, nào là phục rượu, nào là đem nữ sắc mà quyến luyến cho mê sa. Ấy là trăm

mưu ngàn kế mà gạt người, tội ác dường này mà bỏ luật dung tha sao cho đặng? Quỉ sứ cứ việc dẫn nó đi".

17) - Phán quan đọc án kế: "Họ Lý ở huyện Hoành Dương đi lính tập theo quân du kích. Còn họ Du, huyện Huỳnh mai cũng đi lính tập theo sở cầm cờ đánh trống. Còn họ Thanh cũng ở huyện Huỳnh Mai, là lính pháo thủ của quan đề đốc họ Lý tự Giang Tư. Ba tên ấy đều có đánh giặc". Vua phán rằng: "Quân lính trong đội ngũ chinh chiến, tay cầm gươm súng, lòng tập hung hăng, thắng trận thì bắt vợ con người ta, thậm chí ăn thịt người nữa. Tội ấy chẳng hèn đồng quăng lên ngục Đao sơn cho đáng kiếp". Phán quan tâu rằng: "Họ Thanh lúc phá thành Dương Châu, bắt đặng ba người mà chẳng giết. Bắt đặng hai người đàn bà mà chẳng động tới, đều trả lại cho chồng: 2 người chồng đền ơn bạc tiền, y cũng không chịu lấy. Hai khoản ấy phước phần chẳng nhỏ. Huống chi mỗi tháng ngày rằm với mồng một, ăn chay tụng bảy biến kinh Cao Vương". Phán: "Có công đức như vậy, trẫm cũng đáng kính đáng khen, cấp điệp cho họ Thanh, qua vua Đông Nhạc, mà đầu thai làm chức quan văn thất phẩm, sống bảy mươi chín tuổi, không bịnh mà mãn phần, con cháu hai đời đều đặng công danh vinh hiển. Còn hai linh hồn kia xử y án trước".

18) - Phán quan đọc án kế: "Nàng Tiền Mẫu Nương ở huyện Gia Ngư, ghen dữ và ngỗ nghịch với cha mẹ chồng, cũng đáng cầm ngục A Tỳ, còn luận lành dữ nó làm chi nữa". Nàng Mẫu Nương tâu: "Tôi không dám bất hiếu với cha mẹ chồng, mà tôi còn ăn chay bố thí nhiều lắm". Phán: Dầu ăn chay bố thí như vậy, cũng chuộc không nổi tội bất hiếu với cha mẹ chồng. Song nghĩ người ăn chay bố thí, nên tha tội xa giã mà thôi giải qua giam vào địa ngục không đặng đầu thai mà răn những nàng dâu ngỗ nghịch".

19) - Phán quan đọc án: "Nàng Châu Tú Nương, ở phủ

Thừa Thiên, có chồng mà lấy trai, ấy là tội nặng. Lại thêm hại một mạng tớ gái". Phán: "Đàn bà có đức chính chuyên một chồng. Tính nết phụ nữ, phải hiền hậu lành, mới phải đàn bà đức hạnh. Ngươi là con khốn, không biết xấu hổ không giữ chính chuyên, lấy trai lang chạ; là bởi ham ăn làm biếng, không lo việc nữ công, ăn no ở không, mơ tưởng việc dâm dục, tham ăn thịt, mê uống rượu, lại đánh bóng trang điểm, bán dạng thuyền quyên, làm cho trai mê mẩn mang tiếng xấu danh nhơ, mi đã thất tiết xấu xa, hại chồng mi mang nhục, hư thể diện cha mẹ tông môn của mi, không cần con cháu hổ thẹn. Tuy đội lốt người, mà khác nào súc vật. Lại còn độc ác, hại mạng tớ gái. Sao không biết xét, tớ gái cũng có cha mẹ sinh thành, bởi kiếp trước nó không tu, nên đời nay hèn hạ. Mi nết xấu cũng như là đứa hèn, mà được sai khiến đứa hèn là quá phép, nỡ nào không có lương tâm, mà đành đoạn hại mạng nó? Mau nấu đầu mà trị tội lấy trai và cho hồn oan con tớ hết tức. Rồi cầm hoài địa ngục không đặng đầu thai".

20) - Phán quan đọc án kể: "Nàng Thành Sửu Nương huyện Thanh Âm hay xúi chị em bạn dâu lối xóm rầy lộn, hại con gái xóm ấy hàm oan tức mình thắt họng mà chết. Lại hay bảo mấy nàng thủ tiết lấy chồng. Để con gái năm lần, đều trấn nước chết hết". Phán: "Hại một người dưng thì thường mạng một kiếp; nếu mà hại một mạng ruột thịt, phải thường mạng hai kiếp. Truyền quỉ sứ dẫn hồn con ma thắt họng, và năm con ma da nhỏ, kéo nó xuống ao nước, cho bớt giận một hồi. Rồi bắt lên, cắt lưỡi mổ bụng móc ruột, không cho đầu thai, cầm hoài nơi địa ngục, mà trừ cái tội khuyên tiết phụ cải giá và xúi chúng rầy rà". Sửu nương tâu: "Chẳng phải tôi ham khuyên cải giá làm chi. Bởi thấy chúng nó còn tơ mà nghèo khổ, lại không con, thủ tiết ích gì, chi bằng cải giá cho qua ngày: ấy là lòng tốt của tôi". Phán rằng: "Ác phụ không biết phải quấy! Đàn bà may rủi một đời, nếu chồng thác, thì phải thủ tiết,

Thượng Đế càng kính vì tiết phụ. Dầu có chết đói, ngàn muôn năm cũng ngợi danh thơm. Nếu nó muốn tái tiện, ngươi cũng phải cản trở, mới là lòng tốt. Sao bảo nó cải giá, làm cho nó mang tiếng thất tiết trọn đời. Ngươi đừng cãi sướt nữa! Mau giải đi hành tội".

21) - Phán quan đọc án kế: "Lý Khải Nương là con đầy tớ nhà Mễ. Làm đổ gạo cơm trong bếp, dính trên miệng lò, hủy hoại của trời hơn mấy năm, kể chẳng xiết (là đổ đồ ăn). Hay ăn vụng ăn cắp của chủ, mà đổ thừa cho người, hại con đầy tớ khác phải đòn. Hay lấy bậy và dắt trai vào nhà, tư tình với chủ gái; tội ấy đã nhiều. Lại hay cải giá, tính đã ba đời chồng, tội nặng quá lẽ". Phán: "Ngươi kiếp trước làm nhiều điều dữ, nên phạt ngươi làm tôi mọi. Sao không biết xét, tuy là người mà làm mọi cũng như ngạ quỉ súc sanh bị cầm địa ngục, ba điều khổ ấy, hãy còn chưa biết ăn năn lo tu mà nhờ kiếp khác".

Phán quan tâu: "Mọi gái cũng con người, sao gồm ngạ quỉ súc sanh địa ngục?" Phán: "Tôi mọi ăn uống không đặng tử tế, khác nào ma đói. Không ai lễ mà đãi, nào khác súc sanh. Không được có chồng sanh con, thường bị cấm cố, khác nào cầm ngục. Nay không chừa lỗi, còn xử thêm cách nào, phải hành cho đủ tam đồ mới đáng, không đặng đầu thai".

22) - Phán quan đọc án kế: "Lưu Thất Nương ở huyện Quế Lâm bốn mươi tuổi mà không con, tính đa dâm và ghen lắm! Chồng muốn cưới thiếp. Thất nương không cho. Chồng lén cưới vợ bé, gửi lối xóm. Thất Nương hay tin bắt vợ bé đặng, lấy bàn ủi ủi phỏng mình, lở thúi mà chết!" Phán: "Cấm chồng cưới, cho tuyệt tự thờ mình, lợi ích chi đó. Huống chi hành hình cách thảm mà giết người, chắc dung không đặng." Thất Nương tâu: "Đàn ông không con, cho phép cưới thiếp, còn đàn bà không con, chẳng cho cải giá, việc ấy mất công bình, thiệt xử hiếp tôi lắm". Phán: "Loài súc sanh không biết

hổ ngươi, hãy còn cãi rán! Buông lời nói hư phong hóa, không biết hồi sống mi kềm chế chồng mi ra thể nào? Tính đa dâm ghen tương như mi, đáng phạt đầu thai làm con điếm, ba mươi tuổi mắc ghẻ độc thúi lầy cả thân mình, bỏ thây dọc đường, chó heo ăn thịt cho bỏ ghét".

23) - Phán quan đọc án kế: "Tào Thị là gái xằng, ở huyện Ngô Giang là kế thất họ Chữ ở quận Trường Sa. Họ Chữ thác sớm. Tào Thị khắc khổ con ghẻ trăm bề. Các việc ăn mặc đều thua con chung. Tới lúc tương phân thì chia phần hơn phần tốt cho con mình. Lại khắc khổ dâu ghẻ, tới nỗi tức tối sanh bịnh mà chết!" Phán: "Con ghẻ thờ mẹ ghẻ có hiếu cũng như thờ mẹ đẻ một thể. Sao mẹ ghẻ khắc khổ con ghẻ dâu ghẻ đến thế, thiệt là lòng như cầm thú, đáng đầu thai làm súc vật mới xứng tội". Phán quan tâu: "Tào Thị đến già lòng thành niệm phật và ăn chay cữ sát sinh ba năm ăn năn đến tội cầu siêu độ phần hồn". Phán: "Vậy thì khỏi đầu thai làm súc vật, song phải luân hồi làm tôi mọi con dâu ghẻ, mà đền tội trọn đời".

24) - Phán quan đọc án kế: "Mười lăm vị hòa thượng phạm tội dữ". Vua phán: "Các sãi xuất gia đi tu, lẽ thì thành làm phật tổ, cớ nào đeo đính bài tội dữ?" Mười lăm hòa thượng tâu: "Nhờ vương gia từ bi dung thứ". Phán rằng: "Các sãi có hay tờ điệp của Phật Thích Ca mới gửi đến đây chăng?" Đồng tâu: "Chúng tôi chưa hay". Vua mở điệp văn đọc lớn rằng: "Chùa chiền đời nay đã biến hư lắm, mối đạo Phật lưu truyền đã mòn rồi, như ngọn đèn gần tắt. Các sãi tuy tiếng đi tu, thiệt nhiều người dối tệ. Trong một ngàn hòa thượng, lựa đặng chừng một hai người xứng đáng, không hổ thẹn mà thôi! Cõi âm phủ phải tra xét cho hẳn hòi, đừng lầm các sãi dối thế". Đọc rồi phán rằng: "Các sãi đã thấy điều luật của các sãi tại cửa này chăng?" Đồng tâu: "Chưa thấy". Phán rằng: "Để trẫm giảng các tội án trong điều lệ tu hành cho mà nghe. Các sãi tuy đi tu, mà trong

lòng khác nhau hết: Có kẻ cự nghịch với cha mẹ, giận lẫy mà
đi tu, là tội bất hiếu lớn thứ nhất, còn nói làm chi! Có kẻ giận
anh em vợ con mà đi tu. Có kẻ bị cách xấu, mắc cở mà đi tu.
Có kẻ quyết trốn xâu lậu thuế, vì đói rách mà đi tu. Có kẻ mê
cảnh chùa tốt mà đi tu. Có kẻ mê mấy sãi nhỏ có bóng sắc
muốn nhập vào cặp xách mới đi tu. Có kẻ ham làm chức hòa
thượng sang trọng mà đi tu. Có kẻ mồ côi không ai nuôi mà đi
tu. Có kẻ vô hậu không ai hoạn dưỡng mà đi tu. Có kẻ ngán
việc đời là cuộc giả, mộ đạo Phật là siêu độ linh hồn mà đi tu.
Các sãi ai tu về cớ nào thì khai thiệt? Các hòa thượng đồng tâu:
"Xin vương gia từ bi thẩm xét, thiệt chúng tôi ngán việc đời,
nên xuất gia đầu Phật mà cầu siêu độ linh hồn, chớ không có ý
chi khác". Phán: "Các sãi đời nào xưng tội, mấy thuở chịu
khai!" Truyền chỉ Phán quan dẫn các sãi đến đài Nghiệt-Cảnh
chiếu thử. Nguyên tại nhứt điện là cửa đền thứ nhất: vua Tần
Quảng có lập cái đài Nghiệt-Cảnh phía bên hữu cái điện chánh.
Đài ấy cao mười một thước, trên có treo cái mặt kiếng Nghiệt-
Cảnh lớn mười người ôm mới giáp vòng bề tròn treo chiếu qua
hướng Đông, trên giá treo mặt kiếng ấy có đề bảy chữ rằng:

Nghiệt-Cảnh đài tiền, vô hảo nhân

Thích nôm: Trước đài Nghiệt cảnh không người lành.

Các hồn chối án, thì quỉ sứ dẫn lên đài, mà ngó vô mặt
kiếng, thì thấy hiện nguyên hình từ nhỏ tới chết, làm những
việc chi đều ứng hiện hình thù như hát bóng đủ lớp nhớ lại nên
chối không đặng. Vua Tần Quảng mới y luật mà xử, hoặc giải
qua chín cửa đền khác, v..v...(8 cửa có ngục mà thôi).

Khi ấy các sãi, từ người soi kiếng đủ mặt rồi coi lại không
có thầy nào chân tu mộ đạo cho thiệt tình! Coi ra ba sãi ăn mặn
uống rượu. Một sãi tà dâm, hãm hiếp. Bốn sãi mê các đạo nhỏ
thanh sắc. Bốn sãi tham bạc, ăn gian của chùa. Trừ ra có ba
sãi, cứ sớm tối tụng kinh, công phu, cất chùa, lên cốt phật, lo

làm công quả trong chùa, chớ không thông mùi đạo. Vua cười ngất phán rằng: "Hèn chi đức Thế Tôn quở trách các ngươi làm hư trong đạo Phật!" Liền phạt một sãi gian dâm với bốn sãi mê đạo chúng thanh sắc, cộng một bọn tà dâm năm sãi, đồng giam vào ngục Tăng nho mới lập, không đặng luân hồi. Còn bốn sãi rượu thịt, đầu thai làm heo bà kia ăn cám hèm cho đã. Lại còn bốn sãi ăn gian của chùa, phạt làm lừa ba đời, chở đồ đi xa mà đền ơn cho các chủ bố thí. (Tại tham của nên cho chở đồ nhiều mới toại chí!) Trừ ra ba sãi thiệt thà, tuy quyết chí đi tu mà chưa thông đạo vị, nên cho đầu thai làm thầy chùa mà tu nữa; nếu siêng tu hành rõ thấu ba bực thì cũng được khỏi đọa. Đều giải qua vua Đông Nhạc, đi lại vua thứ mười (Chuyển Luân Vương) đầu thai.

25) - Phán quan đọc án kế: "Họ Gia ở huyện Văn Mộng đưa đò dọc sông Bà Dương. Tháng chạp năm Nhâm Thân, lén giết một người bộ hành lấy đặng ba mươi lăm lượng. Bị chúng cáo, quan tra không đủ cớ tha về. Sau mang bệnh nghèo khổ, đi ăn mày. Tới 38 tuổi, biết tội mình mới đi tu. Cứu trùng, kiến nhiều lắm, lượm giấy chữ cũng nhiều. Ăn chay làm lành thường bữa tụng kinh niệm phật. Tu hai mươi năm như vậy, mà cầu tiêu tội sát nhân, và nhờ phúc kiếp sau". Phán: "May ngươi ăn chay làm lành, niệm phật tụng kinh sám hối (ăn năn cầu tiêu tội). Huống chi đã phạt làm ăn mày; đày đọa đến kiếp, nên trừ tội giết người mà lấy của". Họ Gia tâu: "Tôi trước đại phạm tội, sau ăn năn tu hành. Xin vương gia xét lẽ cho tôi nhờ". Phán: "Ngươi hãy đứng một bên, đợi trẫm xử án khác rồi sẽ định".

26) - Phán quan đọc án kế: "Họ Lâm huyện Bành Thạch ông cha có làm phước giúp người. Còn họ Lâm kiếp trước là thầy tu, ăn chay bố thí 545 đôi giày rơm, trời lạnh bố thí cộng 65 chiếc chiếu. Nên đời nay 23 tuổi mà thi đỗ cử nhân, đậu rồi không giữ lòng lành. Tư tình với Kim Thục Cô, là gái ở một

xóm rồi bỏ, nàng ấy tức mình thắt họng mà chết. Vả lại nết tham, lãnh việc kiện mướn, đem mối kiện thưa. Ra vào chốn nha môn lo lót cho chúng, bởi cớ ấy, giựt được vài trăm mẫu ruộng trong làng. Ăn thập trai chưa đặng một tháng ngã. Lại nói: "Dẫu ngã mà kiếp sau làm ăn mày cũng chịu". Quan Âm, Chuẩn Đề đã phú Táo Quân dâng số tâu trên Ngọc Đế phân: "Bỏ lệ chay kỳ là phạm luật Phật, nên phạt tội". Vua phán: "Ngươi nhờ đức tổ phụ và kiếp trước có tu, mà thi đỗ cử nhân đáng lẽ tu thêm phước đức. Nào hay mê muội, lung lăng làm dữ, lại nói ngã chay, nguyện làm ăn mày. Đáng lẽ cho hành đủ tam đồ. Song nghĩ ngươi thờ Quan Đế với thờ Quan Âm hết lòng thành kính, nên nay xử trảm,cho đặng luân hồi, thay hồn đổi xác, nhập vô thây ăn mày là họ Gia y theo lời nguyện. Còn Kim Thục Cô đã đầu thai rồi làm con mọi xóm đồng. Ngày kia người đi xin cơm tại nhà chủ nó cho nó đánh chết ngươi mà thường mạng thắt cổ hồi đó. Còn hồn họ Gia (coi án trước) nhập vào xác họ Lâm đặng làm cử nhân, sống hưởng phước tới bảy mươi tuổi".

27) - Phán quan xướng danh rằng: "Tội hồn họ Hàng mười bốn tuổi". Phán rằng; "Thằng nhỏ này, làm những tội chi". Phán quan tâu: "Thằng này tuy còn nhỏ, mà chửi cha mắng mẹ hoài hoài. Tội hỗn ấy là tại cha mẹ nó cưng quá, nên nó quen nết hỗn hào, mang tội bất hiếu thấu trời. Khi nó đi học đạp giấy chữ tính tới 37.500 chữ có dư. Thường khi nó ăn cơm còn dư đem đổ chỗ nhơ uế nữa". Phán: "Con nít không biết gì, ấy tại cha mẹ nó hư, thương là hại nó. Đã phạm luật trời, không lẽ dung đặng. Quỉ dạ xoa giải nó qua thành lửa mà đốt, không đặng đầu thai".

28) - Phán quan đọc án kế: "Họ Châu ở huyện Tiêu Lương, làm hàng trâu bò. Họ Thẩm ở huyện Thạch Thủ làm hàng chó. Họ Dương ở huyện Gia Ngư, làm hàng heo". Phán: "Ba

tên làm hàng này, đáng quăng vào Đao sơn địa ngục".Họ Dương khóc mà tâu rằng: "Tôi có ăn chay ba năm theo kinh Huyết Bồn. Vả lại làm hàng heo, nhẹ tội hơn hàng trâu bò và hàng chó. Xin vương gia xét lẽ tôi nhờ". Phán: "Ngươi ăn chay theo kinh Huyết Bồn mà cầu cho ai? Tâu: "Tôi cầu cho mẹ tiêu tội". Phán: "Tuy theo kinh ấy là phi lý, huyễn hoặc, mà lòng có hiếu đáng khen. Song ngươi có hiếu với mẹ, sao không bắt chước lòng nhân của Trời ưa sống, mà làm heo?" Tâu: "Xin vương gia xét lại, bởi cha tôi bảo nên phải làm. Vả lại heo là thú người hoạn dưỡng mà ăn thịt không công lao với đời. Huống chi làm hàng heo chẳng ít, ăn thịt heo lại nhiều, xin vương gia rộng lượng." Phán: "Ngươi ăn chay theo kinh Huyết Bồn mà có tụng chăng?" Tâu: "Có tụng."

Phán: "Người sau bày đặt kinh Huyết Bồn, chớ không phải của tiên phật đặt, phải chi ngươi tụng Kim Cang, chẳng những hồn mẹ ngươi tiêu tội vong hồn ba đời cũng được nhờ. Ngươi có hiếu tụng kinh trầm trừ tội làm hàng heo, cho qua Đông Nhạc, đầu thai làm con trai mần ăn. Còn hàng trâu bò và chó lại đây. Trâu bò cày ruộng mới có lúa cho đời, chó giữ nhà mới còn đồ cho chủ. Chúng nó đều có công với đời, ngươi giết vật có công, không thể tha tội. Phán quan tra thử chúng nó giết bao nhiêu chó bao nhiêu trâu bò cày ruộng?" Phán quan tra bộ rồi tâu: "Họ Châu làm hàng 72 con trâu. Họ Thẩm làm hàng hết 187 con chó". Phán: "Hàng trâu đầu thai làm trâu 72 kiếp, hàng chó đầu thai làm chó 187 kiếp, thường mạng cho đủ số, rồi giam vào ngục ngạ quỉ (ma đói) không đặng đầu thai".

29) - Phán quan đọc án kế: "Họ Vưu ở huyện Thạch Thủ, mới học làm thầy địa lý. Họ Hà ở huyện Võ Lăng làm thầy coi số và coi tướng." Phán: "Thầy địa lý mập mờ chỉ xấu là tốt, tốt gọi xấu, làm sái cách địa lý. Còn coi số coi tướng, nếu coi không thấu, cũng đoán họa phước không nhằm mà khoe thiên

văn. Coi số coi tướng có sái cũng không đến đỗi hại người mà phải mắc tội nơi trời. Còn thầy địa lý lôi thôi tuy không mắc tội nơi trời mà làm thiệt hại cho người, là dời đổi tốn hao, lại làm sái động địa cho người mắc họa, hoặc hư nhà hại mạng, tuyệt tự, mới là tội lớn, chớ gạt người mà ăn tiền là tội nhỏ. Như vậy phải tính nó mà làm hại bao nhiêu nhà, thì bắt nó đầu thai làm súc vật mà thường bồi cho đủ số, rồi sẽ cầm hoài nơi ngục A-Tỳ. Còn thầy coi số coi tướng, quen thói nói lừa, gạt chúng mà ăn tiền, sau lưng người lại giận cho ít tiền mà mắng lén. Chẳng hề dạy ai làm lành cho khỏi họa mà đặng phước. Phạt nó đầu thai làm thằng câm mà đi ăn mày tới ba mươi tuổi chịu lạnh và chết đói. Rồi sẽ nghị lại."

30) - Phán quan đọc án kế: "Bảy tên học trò phạm tội, tên thứ nhất họ Văn ở huyện Bành Trạch..." Phán rằng: "Bảy tên phạm đồng lên đây. Trẫm coi các ngươi đều là ăn học hồi nhỏ, lo thi đậu mà hưởng sang giàu, song có hiểu chút đỉnh đạo lý thánh hiền chăng?" Các trò tâu: "Cha mẹ với anh tôi dạy chúng tôi hồi bé, lo học mà đi thi, trông thi đỗ cho vinh hiển, ở nhà tốt, sắm đất ruộng cho nhiều. Thầy chúng tôi cũng dạy cách ấy mà thôi, nên chúng tôi không thông đạo lý thánh hiền". Phán: "Trẫm nghĩ các ngươi đều có căn trước, thiệt là rất may. Thứ nhất may đặng làm trai. Thứ nhì may không tàn tật. Thứ ba may đặng tánh thông minh, thứ tư may đặng khóa đậu vào trường chánh. Đặng bốn điều may ấy mà quên căn tu kiếp trước. Sao chẳng nghĩ đã đứng vào nghề sĩ, là hơn nghề nông, nghề công, nghề thương. Bởi nghề nông rán sức làm ruộng rẫy, thức khuya dậy sớm cực khổ, tay chân chẳng rảnh, ăn uống rồi, còn dư bao nhiêu thì bán cho người ăn, ai ăn hột cơm của nhà nông, đều là nhờ nông phu đổ mồ hôi xót con mắt, mới có của ấy. Còn nghề công làm ra các đồ khí dụng mà bán cho người, thiên hạ đều nhờ cả. Còn nghề thương xuống biển lên nguồn, chở chuyên hàng hóa, mà bán cho đời dùng, khỏi

thiếu. như vậy ba nghề ấy đều có công với người. Còn các ngươi chiếm nghề đứng đầu là nhất sĩ, có công chi với đời chăng? Các ngươi hiểu nghĩa lý chữ nhu là thể nào chăng? Bởi chữ nhân với chữ nhu bởi người phải cầu nhất sĩ mà nhờ. Song người cầu mà nhờ các ngươi sự gì có ích cho đời việc chi? Té ra các ngươi mỗi ngày làm hao của trời đất, xài tiền bạc hàng vải của triều đình. Biết các việc chơi bời; khảy đàn, đánh cờ, làm thơ, uống rượu. Ăn bận cho nhún nha, dạo chơi cho khoái lạc. Lại còn ra vào chốn nha môn, lãnh phần lo lót, hăm mộ hàng xóm, ngay sửa ra vạy, vạy sửa ra ngay, làm mất lẽ công bình, các độc ác hại đời chẳng kể xiết! Nếu thời may thi đỗ làm quan đặng quyền cai trị thì thừa dịp ỷ thế cho đầy túi tham. Mượn cái oai triều đình, trổ cái tài chủ trại. Trên dối chúa dưới hại dân. Chúa thánh ban ơn rộng, bị ăn gian nên lê thứ hết nhờ. Dân nghèo chịu thuế sưu, vì hà lạm nên triều đình thiếu dụng. Trăm mưu nghìn kế cho lợi nhà mập thây chớ không lo bày việc lợi dân, mà sửa phong cho hết tệ. Thức khuya dậy sớm mà lo lập thế an dân, như cố ý câu lưu mà chờ hối lộ.

Không cần lễ nghĩa, chẳng hề tu đức thanh liêm, mảng cậy oai quyền không thẹn làm điều tà vậy sao chẳng nhớ: Người xưa làm chức tú tài đã lo đời, cứ gánh vác việc thiên hạ. Còn các người đậu chức tú tài thì mong ăn của thiên hạ cho lợi mình! Còn sự này đáng ghét lắm: bình thường hay khoe mình là trung hiếu liêm sĩ thấy ai làm một điều chẳng ngay, thì mắng nhiếc quá sức! Tới phiên mình thì quên trung hiếu liêm sĩ, bỏ trôi theo giòng nước, khi trước mắng người không ngay, nay ở vậy không cần ai mắng! Sao gọi là biết tu ố, mà xưng biết sĩ! Có một trò tâu rằng: "Tôi có công dạy học trò, cũng hữu ích cho thế". Phán: "Ngươi quả thiệt như đức Thánh Mạnh Tử lấy hiếu để trung tín mà dạy học trò sao? Chẳng qua là bậc dung sư, dạy cầm chừng mà hại đệ tử, cả ngày lo ăn thịt, nhậu rượu

cho say; không công mà hưởng lộc, tội lỗi chẳng ít, còn kể
công sao? Ngươi phải họ Ngu ở huyện Tương Dương chăng?
Tâu: "Phải". Phán: "Ngươi là thầy dạy học, sao còn dốt quá,
lời không thông. Có kẻ hỏi ngươi rằng: Sát sanh có tội chăng?
Ngươi nói: Không tội gì. Kinh Phật nói: Bất sanh bất diệt,
nghĩa là không sát sanh thì nó chẳng đặng đầu thai kiếp khác!
Ngươi mượn chữ kinh mà thích nghĩa bướng, mà xúi chúng sát
sanh, thì mang thêm ba tội nặng. Một là mượn câu kinh mà
thích nghĩa bướng. Bởi ngươi không hiểu nghĩa bất sanh là
không đầu thai nữa, còn chữ bất diệt là không thác, nghĩa là
nói tu có trí huệ, có công quả lớn đức hạnh lớn, về Tây phương
đặng liên hoa hóa thân chẳng đầu thai, theo bực vãng sanh
tịnh độ, mà cũng không thác nữa, Phật gọi là chứng quả niết
bàn. Chớ không phải nói nghĩa kỳ chướng dốt nát, giảng ngược
như ngươi! Còn tội thứ nhì là xúi cho chúng sát sanh, những
kẻ dốt ưa sát hại, nghe ngươi giảng vậy, nó càng sát sanh hơn
nữa. Tội thứ ba là nói nghĩa ngược ngạo không rành. Nếu nói
nghĩa ngươi thích đó, thì là bất diệt bất sanh mới phải. Sao câu
kinh nói: Bất sanh bất diệt, mà ngươi dám thích nghĩa nghịch
tự như vậy? Huống chi thuở nay, ngươi biếm nhẽ thánh hiền
tiên phật, kể tội không xiết! Học trò phạm các tội khác còn
thương tình dung chế đặng. Trừ ra tội chê bai ba vị tổ tam giáo
(Khổng Tử, Thái Thượng, Thích Ca) thì thiên luật không dung.
Quỉ dạ xoa, dẫn họ Ngu, đến làng Ác Khuyển, cho bầy chó
dữ xé thây mà trị tội kiêu ngạo tam giáo. Còn một trò này hay
đặt thơ huê nguyệt, ca huê tình, nói dâm cho gái trai động lòng
sanh dâm loạn mới hư phong tục; tội ấy nặng nề, trước đánh
đòn tám chục roi sắt, rồi kéo lưỡi cắt môi, cầm hoài nơi ngục
mới với họ Ngu. Còn năm người tùy theo tội nặng nhẹ, cho đi
đầu thai. Ba người tội nặng cho đầu thai làm lừa, làm chó. Còn
hai người tội nhẹ đầu thai tàn tật; câm, bại, đui, cùi. Đến lãnh
tờ, giải qua vua Đông Nhạc, đi đầu thai lập tức".

31) - Phán quan đọc án kế: "Họ Viên ở huyện Quan San, lập tiệm cầm đồ, ăn lời quá phép, mà không chế một ly. Còn trong nhà cho vay, cho giạ non, thâu giạ già. Trong tiệm dùng cân hai đáy (trái cân), cho ra thì dùng trái cân nhẹ, thâu vô đổi trái cân nặng. Bởi cớ ấy nên giàu bằng nhà nước. Làm cho trời giận thần hờn. Bị hỏa tinh đốt nhà là lửa trời sa cháy tiêu sự sản. Ba mươi lăm tuổi chết yểu, vợ con cũng thổ huyết chết luôn!" Phán: "Ăn lời quá phép, đã phạm tội nơi trời, huống chi cân lậu, đong nhẹ giạ già giạ non: lường gạt của chúng cho nặng túi tham.Tưởng gạt chúng té ra gạt mình, mong hại đời chẳng ngờ hại mạng. Cả đời lường gạt của chúng mà còn hay không? Chẳng giữ lương tâm, ba đời chịu khổ. Tuy bị cháy nhà cửa; mà chưa hết tội. Giao tờ qua vua Đông Nhạc, phạt đầu thai làm ngựa trạm thơ, bị chúng cởi mãi đánh hoài, chạy lao quá cho tới chết. Đầu thai làm ngựa ba kiếp như vậy, mới đặng đầu thai làm người nghèo".

32) - Phán quan đọc án kế: "Họ Hồng ở huyện Thiện Hưng cha làm chức điển lại, ở huyện Võ Xương, hồi nhỏ họ Hồng bị cha không ưa tức mình cạo tóc vô chùa. Sau phạm luật về thế để tóc, ngã mặn như kẻ ở thế tục. Gặp ai cũng xảo, không tiếng thật thà. Sau lưng hay nói hành việc của chúng! Hay kể vạch sự tư tình của người và nói phụ nữ hoa nguyệt, xúi giục gây gổ thêm thừa thêu dệt nhiều điều, làm những chuyện trái phép.

Phán: "Tên này tội nặng khó dung". Phán quan tâu: "Tên này không dữ chi lắm, bị ác khẩu mà thôi". Phán: "Tội ác khẩu có ba điều, tên này gồm hết. Nói láo về sự tục tĩu, là phạm chữ dâm sĩ, bất thông như đứa điên. Nói láo thêm thừa cho chúng giận nhau mà đâm chém. Nói láo gạt người mà lấy của, phạm chữ tham gian. Té ra một sự nói xảo, mà gây ra chữ dâm, chữ si, chữ sân, chữ sài, chữ tham, chữ gian đạo. Phán

quan còn gọi tội ác khẩu là tội nhỏ sao? Truyền xẻ miệng bớt
môi, khẻ răng, kéo lưỡi mà hành tội ác khẩu, tuy còn sống đã
phạt tuyệt tự, mà chưa hết tội nay phạt cầm hoài địa ngục,
không đặng luân hồi".

33) - Phán quan đọc án kế: "Vợ họ Uông, là nàng Trình
Thị ở huyện Giang Hạ, nguyên kiếp trước ăn chay, cữ sát
sanh, làm lành, hay bố thí, có hiếu với mẹ chồng nuôi đau hết
lòng hết sức, bởi chưa đủ công hạnh, nên cho đầu thai kiếp
này mà hưởng phú quý làm con nhà quan giàu; lại gặp chồng
lương thiện sanh ba trai hai gái, định số sẽ sống 82 tuổi, không
bệnh mà mãn phần. Không dè bị cha mẹ cưng quá, vì con
quan, nên quen thói ỏng ảnh hồi nhỏ, nhà có tôi tớ, nên quen
thói làm chủ nhà hay mắng nhiếc hành hạ kẻ dưới tay, tập tánh
đã quen, nên độc dữ lắm; đến khi có chồng hiền hậu thì ỷ thế
giàu sang nên chuyên quyền, hiếp chồng quá lẽ. Vả lại quen
thói ăn sung sướng, nên sát sanh hại mạng rất nhiều. Cho vay
ăn lời quá phép, khắc khổ tá điền, đã bắt làm công không, thất
mùa cũng không châm chế chút nào! Thuở nay chẳng hề bố
thí cho bà con nghèo đồng điếu nào, có đâu bố thí cho người
dưng. Ngày nào cũng chửi tôi tớ. Đánh chết tớ gái là Vương
Nguyệt Mai, lại còn khoét mắt tớ trai là Trương Hưng Nhi bị
đau nhức tới chết. Lại còn phạt tớ gái là Ngô Hà Hương, bắt ăn
đậu nành sống cả tô sình bụng ba ngày mà chết! Còn nhiều
đứa tớ khác bị thương tích, tai mũi tay chân môi miệng đều tì
hết! Có kẻ đem sự báo ứng nhân quả mà khuyên giải thì Trình
Thị ỷ con nhà lớn quan to, nên mắng nhiếc kẻ giảng nhân quả
và nói rằng: "Ta giàu sang, cơm no ấm áo, con cháu đầy nhà,
ta thuở nay lại mấy bố thí cho ai, mà phước đó? Ai tin ngươi
nói phải tu nhân tích đức mới sống lâu tới bảy tám mươi?" Nói
rồi đuổi đi lập tức. Mấy lời ấy Táo Quân cũng tâu tới thiên
đình, và lại mỗi tháng chạy tờ về Cửu-Thiên Tư-Mạng chánh,
đều biên tội Trình Thị đã nhiều. Các hồn oan cũng cáo nữa.

Ngọc Đế truyền bớt ba kỷ, cho bắt hồn Trình Thị đặng trị tội nên mới 46 tuổi mà chết."

Phán rằng: "Không kính trọng chồng, là tội thứ nhất theo luật trời không tha đặng. Huống chi độc dữ khắc khổ tôi tớ, hại oan ba mạng. Tánh độc dữ hơn cọp không phải lòng người, đáng cầm địa ngục, không đặng đầu thai nữa". Phán quan tâu: "Trình Thị nguyên kiếp trước tu hành có hiếu với mẹ chồng lắm. Còn đời nay người con gái lớn Trình Thị, thấy người mẹ hỗn với cha, và ở độc dữ, nên tu hành tụng kinh niệm phật làm phước bố thí, mà cầu cho mẹ tiêu tội, cũng như tu thế cho mẹ nó. Vậy xin vương gia cho luân hồi trả quả, chừng hết nợ trước sẽ xử nữa". Phán: "Nếu con gái nó tu thế như vậy, thì trẫm tha tội cầm ngục, cho đặng luân hồi. Kiếp thứ nhất cho nó đầu thai làm đàn bà nghèo khổ đói rách cả đời, cho hồn Hà Hương vào bụng nó làm quỉ thai đau đớn đến kiếp, tới ba năm phát bệnh điên mổ bụng mình và cắt ruột mà chết, đặng trả quả bắt Hà Hương ăn đậu nành sống sình bụng mà chết. Kiếp thứ nhì, đầu thai làm con câm, ghẻ chốc cùng mình đi xin tới 50 tuổi, ăn cắp gạo nhà họ Trương, bị con gái họ Trương (là hồn Vương Nguyệt Mai đầu thai) đánh chết, mà đền mạng oan kiếp trước. Kiếp thứ ba, làm con gái 18 tuổi, bị du côn (là hồn Trương Hưng Nhi đầu thai), đâm đui cặp mắt và đứt gân, lết ngoài chợ xin ăn tới chết, thì trừ mới rồi ba mạng. Trong ba kiếp ấy hành tội câm, ghẻ, đói, lạnh, cực khổ, đi xin, là đền tội hiếp chồng và làm giàu bất nhân đó. Như trong ba kiếp chịu khổ, biết ăn năn ở hiền lành, thì sẽ châm chế cho kiếp khác". Trình Thị tâu rằng: "Chồng tôi khờ dại tệ quá, chẳng biết lo việc nhà, tôi không rầy sao đặng? Xin vương gia xét lẽ phải mà thứ dung".

Phán: "Đàn bà có đạo tam tùng, khi còn ở nhà, tùng quyền cha mẹ, xuất giá tùng quyền chồng, chồng thác tùng quyền con trai, phần phụ nữ không đặng làm chủ. Chồng ngươi là kẻ

hiền hậu, ngươi lại chê rằng khờ dại, mà hỗn hào khi dễ trăm
bề. Đến nước này, mà ngươi chưa biết tội sao?" Trình Thị tâu
rằng: "Tội tôi hỗn với chồng đã đáng. Còn như đánh tôi chửi
tớ, là tại chúng nó làm công việc không xong, mà lại ăn vụng
làm biếng trăm bề hư hết. Vả lại chúng nó tánh ở ngang ngạnh,
là tại chúng nó không vâng theo, ngu mê ám chướng không
hiểu việc chi. Tại chúng nó chướng như vậy, là nó bảo phải
đánh nó, xin vương gia xét lại." Phán: "Thuở nay kẻ hầu hạ,
tâm tánh chúng nó không phải như người bậc thượng: hoặc là
hồn cầm thú đầu thai, hoặc người dữ đầu thai lại, bị mất tánh
thông minh, phú tánh ngu độn theo kẻ hạ tiện; vả lại đầu thai
làm con nhà hèn hạ dốt nát, thì tánh nó thô tục ngang dọc,
cứng đầu cứng cổ, ngu mê ám chướng, là lẽ trời định tự nhiên.
Mình là người bề trên, cơn bình thì phải thủng thẳng mà dạy
dỗ, đến việc làm, phải thích nghĩa cho rành, và dặn đi dặn lại.
Dầu chúng nó lầm lỗi, cũng tùy tội nặng nhẹ mà răn, lẽ nào
nóng nảy mà đánh chửi mãi, đánh quá cho chúng nó hoảng
hồn phát điên. Sao chẳng xét, chúng nó cũng là con cái nhà
lành, vì nghèo quá mới cắt ruột mà bán cho mình làm tôi mọi,
tuy tiếng là thầy với tớ, chớ chúng nó cũng như con cái trong
nhà, việc ăn mặc, đau mạnh, khỏe mệt mình phải biết thương
chúng nó. Bởi cớ ấy tớ trai cũng như con trai nuôi, tớ gái cũng
như con gái nuôi. Lẽ nào ở độc mà khắc khổ? Giả tỉ con cái
ngươi bị người đánh chửi, ngươi có đau ruột hay không? Còn
ngươi cho tôi tớ ăn không no, bận không lành, lại nỡ lòng
hành hình trái phép, hại tới ba mạng. Thiệt là không sợ luật
trời, còn dám nhiều điều cãi lẽ. Mau dẫn nó đi đầu thai".

   34) - Phán quan đọc án kế: "Họ Châu ở huyện Hớn Dương,
từ hồi nhỏ lập tiệm bán hàng xén, các trái cây, đồ đồng thiếc
và các món nhỏ mọn lẻ loi. Thường dùng giấy chữ mà gói các
món đồ bán. Bình thường hay lấy giấy chữ mà chùi bàn ghế,
chỗ nào nhơ uế, cũng lấy giấy chữ mà chùi, và quét đổ nơi

hầm dơ 24 năm như vậy.

Còn vợ họ Huỳnh là Khương Thị, ở huyện Hiếu Cảm có hai đứa con đi học, mỗi ngày Khương Thị lấy giấy lộn (giấy chữ) để dành bồi hồ bao độn đáy giày, hoặc đi sông, bồi vách, hoặc cuốn làm rọi để hút thuốc, hoặc vò cho nhừ làm chó lén, hoặc để nhúm lửa; như vậy năm năm.

Còn họ Mai ở huyện Táo Dương, là tú tài dạy học trò hay đạp giấy chữ, các học trò bắt chước, cũng hủy giấy chữ, chẳng biết trọng chữ, lấy chùi đồ, hoặc đốt mà hút thuốc, làm thường vậy đến 22 năm. Ba tên phạm ấy đồng tội".

Phán: "Trong sách có chữ trời đất quỉ thần, tên ông bà cha mẹ, trong giấy chữ đều có. Nếu không chữ, thì đạo lý chẳng rành, sao có kinh sách? Nếu đạp hủy giấy chữ, cũng như đạp hủy trời đất, quỉ thần, thánh hiền, ông bà, cha mẹ. Họ Mai nhờ chữ nghĩa mà hiển vinh, nhờ chữ nghĩa mà no ấm, mà dám đạp hủy giấy chữ 22 năm, cho các học trò bắt chước, tội ấy về người hết. Ba phạm ấy đều bị cầm nơi địa ngục không đặng luân hồi".

35) - Phán quan đọc án kế: "Họ Dư ở huyện Miễn Dương nhà cũng khá, mà ở bất hiếu. Nuôi vợ con ăn mỹ vị, bận đồ tốt. Còn cha mẹ ăn bận lấy có. Cha mẹ phiền trách, nó trả lời rằng: "Cha mẹ để gia sản chi đó, mà bắt lỗi nuôi ăn mặc không xứng đáng? Nó lại mắng thêm, làm cho cha mẹ nó buồn rầu tức tối trọn đời".

Phán: "Họ Dư tuy dốt, há không biết ơn cha mẹ sanh thành nuôi dưỡng, trở lại trách cha mẹ không sự sản, không nuôi cha mẹ, mà lại nuôi vợ con tử tế. Nếu vậy vợ con có để gia sản cho ngươi sao? Ngươi bất hiếu thiệt không bằng súc vật. Phạt nó đầu thai làm trâu ba kiếp, ra sức cày ruộng mà nuôi thiên hạ, chết rồi còn bị chúng xẻ thây, mà đền tội bất hiếu". Phán quan tâu: "Tên phạm này có xí được một trăm lượng bạc, cho lại kẻ làm mất, đền ơn nó cũng không ăn nên kẻ rủi mất bạc trở ra may, nội nhà khỏi hại. Âm chất ấy cũng đáng chế bớt tội ngỗ nghịch". Phán: "Như vậy thì chết khỏi làm trâu ba kiếp, cho đầu thai làm ăn mày chết đói hai kiếp. Nếu biết tu sẽ hay".

36) - Phán quan đọc án kế: "Vợ họ Lý là Trần Thị, ở huyện Huỳnh Mai, thủ tiết, mà bất hiếu với cha mẹ chồng. Cha chồng bóng quáng, mẹ chồng phong bại, Trần Thị cho ăn mặc lấy có, đến đỗi đói lạnh mà chết". Phán: "Đàn bà có chồng, thì tùng quyền chồng, cha mẹ chồng là cha mẹ ngươi. Ngươi đã biết thủ tiết, thì phải ở có hiếu với cha mẹ chồng, thay mặt cho chồng mà nuôi cha mẹ, thì tiết hiếu song toàn. Thời khi còn sống vua quan phong tặng, thác rồi lại đặng thành thần; mới là trọn lành, thần kiêng quỉ sợ. Sao lại phạm tội bất hiếu, đáng đọa địa ngục, không đặng đầu thai". Phán quan tâu: "Nàng này giá chồng hồi còn xuân, thủ tiết ba mươi mấy năm cực khổ, xin vương gia châm cho đặng luân hồi". Phán: "Trẫm cũng vì sự thủ tiết, mở đường mọn cho nó đặng đầu thai làm heo cho chúng phân thây, mà trừ tội bất hiếu cha mẹ chồng".

37) - Phán quan đọc án kế: "Họ Hồ ở huyện Lâm Lương đậu tú tài, tánh ở độc bạc, hay nghe lời vợ mà ngỗ nghịch song thân. Lại thấy anh em thật thà dốt nát, nên chia phần ăn để ruộng hèn, nhà xấu, đầy tớ dở cho người anh. Còn chia phần ăn cho người em rồi, sau em thác, em dâu là Lý Thị không con, nên nuôi con người anh cả làm con mà lập tự cho chồng. Họ Hồ muốn đoạt gia sản của em dâu, nói vu oan rằng: Lý Thị tiếng thủ tiết mà tư tình chửa hoang, dựng đứng đủ cớ. Lại mướn bà mụ nghiệm xét, cũng nói Lý Thị thiệt có thai. Lý Thị tức mình, mổ bụng trước mặt quan mà chết, làm cho nhiều người chứng ăn tiền, đều mắc họa với bà mụ. Như vậy họ Hồ bị ba tội nặng, mau xử mà răn đời".

Phán: "Họ Hồ đậu tú tài thì đã thông kinh Thi, kinh Lễ,

sao mà bất hiếu bất để tới thế?" Tâu: "Tôi hồi còn nhỏ có học kinh Thi, kinh Lễ cũng biết hiếu cha mẹ, thương anh em. Tại vợ tôi học hay mà ở độc, nó xúi các việc bất hiếu bất để. Tôi dại nghe lời, nhờ vương gia rộng dung". Phán: "Tội vợ ngươi Mã Thị, ông Táo và du thần, tâu cáo nơi thiên đình đã lâu, tự nhiên phạt tội một cách nặng nề. Ngươi há chẳng biết; chồng cầm quyền vợ, vợ phải nghe lời chồng dạy, lẽ nào chồng nghe lời vợ dạy hay sao? Nếu ngươi thiệt tình hiếu để. Vợ ngươi lẽ nào dám bất hiếu bất để. Nay ngươi bất hiếu với cha mẹ, khi anh bất thông hiếp em dâu thất thế mà còn nỡ nào vu oan làm bức cho tiết phụ liều mình? Thiệt tánh độc hơn rắn bồ cạp, không bằng loài chó heo. Phạt đọa địa ngục A-Tỳ, hành tội liền liền, quăng lên núi đao, rồi bỏ xuống ao nước sôi, xay giã nấu đầu, thiêu ra tro, rồi hường hình lại như vậy luôn luôn, không đặng đầu thai nữa".

38) - Phán quan đọc án kế: "Họ Lưu ở huyện Bành Ly, hồi nhỏ học thợ mộc, hay ếm mà hại chủ nhà, hai mươi năm như vậy. Hay chửi mưa nắng, vì hư việc của nó".

Phán: "Ngươi làm thợ mộc, ếm hại chủ nhà. Tuy ngươi ếm người không nổi, song cái lòng độc ác của ngươi, quỉ thần đã ghét lắm. Huống chi mưa gió mây sấm trời đất đều do các vị thần linh cai trị. Sao ngươi dám mắng mưa chửi gió xúc phạm trời đất thần linh. Cớ nào ở độc và điên cuồng đến thế? Trời sai thiên lôi đánh ngươi chết, mà trừ chưa hết tội: Nay phạt ngươi làm ăn mày câm và điếc, mãn kiếp chết xuống đây sẽ hay".

39) - Phán quan đọc án kế: "Họ Từ nước Vệ, huyện Kim Sàn. Hồi nhỏ ngang dọc, không tin sự báo ứng tội phước nên không kính thánh thần. Gặp thầy chùa, thầy tu, hoặc ăn mày, đều không bố thí, mà lại mắng thêm. Lòng ở bất nhân, hay giết rùa, đập rắn, giết loại trùng dế rất nhiều. Say rượu hay phá quán, đánh lộn ngoài chợ. Lúc say rượu kia, đánh chết đứa

con để mà không biết thương".

Phán: "Không có lòng nhân thương xót, là chẳng phải con người. Rất đỗi thấy đứa con nít nhỏ, bò gần miệng giếng lòng còn thương, bất nhẫn mà bồng ra cho xa, huống chi con đẻ của mình mà đánh chết? Hùm dữ còn chẳng nỡ ăn thịt con, lòng thằng này thiệt độc hơn cọp, tuy ở dương gian đã bị cầm ngục cho tới rũ tù, nay nấu đầu và đốt cho đáng đời, rồi sẽ đi đầu thai làm súc vật".

40) - Phán quan đọc án kế: "Họ Nhan ở huyện Quan Hóa, tánh ở không tốt, hay giấu việc của người, thuật việc hư của chúng. Kể nói cho sướng miệng, không cần việc có việc không. Muốn đọc cho trúng câu, chẳng kể nói chơi nói thiệt. Làm cho đàn ông con trai mất tiếng khen, đàn bà con gái mang danh xấu, những tội ấy kể không xiết, nghị phạt tội cho mau'.

Phán rằng: "Họ Nhan là mặt người nói ngay, không cần danh tiếng chúng. Tội độc ác quá rồi, giam vào ngục cắt lưỡi".

41) - Phán quan đọc án kế: "Họ Giám ở huyện Nghị Thành, đậu tú tài, có khoa ngôn ngữ, hay kiêu ngạo mắng nhiếc người và nói trây nói nhớp theo việc tục tĩu. Thường lấy các câu trong kinh sách, nói bức khúc, thích nghĩa bậy mà cười, đáng tội lắm".

Phán: "Ngươi đọc sách thánh hiền, lại dễ ngươi mà diễu lời thánh hiền. Có tài trí thông minh, không giúp việc phải, lại đem tài trí mà giễu cợt, nói kiêu ngạo cho trời đất ghét, mà tổn đức mình, làm chúng cười một chút, không ích chi cho mình, thiệt là ngu quá! cho đầu thai làm đứa ăn mày câm cho hết nói nữa!" Phán quan tâu: "Họ Nhan với họ Giám, đều phạm khẩu quá, tội ấy cũng nhỏ xin vương gia rộng dung".

Phán: "Tội lời nói tuy là nhỏ mọn, nhưng mà bày sự tư, tỏ sự kín của người và lại chưa dọ cho chắc nghe lưu truyền mà nói ra như mắt thấy. Những người hay nói chắc, không vị không giấu, mà nói bóng gió điều chi, ai cũng tin chắc. Huống chi thiên hạ ưa nghe chuyện mới chuyện lạ, phân nửa không tin, chớ tin cũng hết phân nửa, làm cho người hư danh xấu tiết, đến nỗi trên ông cha mang nhục, dưới con cháu hổ hang. Có khi nói chúng tức tối hổ thẹn mà liều mình, tội lớn vô cùng, sao gọi là lỗi nhỏ?" Phán rồi y án, không chế chút nào.

42) - Phán quan đọc án kế: "Vợ họ Chúc là nàng Cát Thị ở huyện Dực Dương. Tánh hay nghi ngờ, lòng ở độc hiểm hay xui chúng rầy rà, làm cho bà con rời rã, như là: cha con mẹ con bỏ nhau, anh em vợ chồng xa nhau. Phàm gặp đàn ông con trai cũng nghi, nếu gặp sự chi mất lòng thì vu oan cho người ấy là loạn luân. Gặp phụ nữ cũng sanh nghi, nếu bất bình thì vu oan rằng nàng ấy ngoại tình lang chạ. Những gái đồng trinh hoặc người thủ tiết đều bị nó vu oan, dẫu bà con hoặc chí thân, nó cũng không chừa nữa. Nó vu cho Chương Thị, Chương Thị tức mình phát bệnh thác! Lại nói vu oan cho người em trai chàng hàng bên chồng rằng chú ấy muốn lấy con gái! Người em chồng tức mình nhảy xuống sông mà trầm mình. Mau định tội răn đời".

Phán: "Cát Thị tánh hay hồ nghi, lòng độc như rắn bồ cạp, lưỡi bén như gươm, hại chúng hư danh liều mạng. Trong đám phụ nữ có loài bất lương ấy, không còn án nào mà hơn nữa. Truyền cắt lưỡi, đục răng, cắt môi cầm tại ngục A Tỳ mà hành mãi, không đặng đầu thai. Phán quan thâu hồn đứa con trai với đứa con gái nó, cho hết dòng thèo lẻo". Phán quan tâu: "Chồng nó là họ Lương, hiền hậu làm lành, có khắc bản kinh Cảm Ứng in mà cho người, tới 7534 cuốn, khuyên dạy người đời, cải ác tùng thiện công đức rất lớn, nỡ tuyệt hậu người". Phán: "Nghĩ chồng ngươi hiền lành, người lành phải có hậu, nên tha cho hai đứa con. Còn ngươi tội ác thái quá, cầm ngục hoài không luân hồi".

43) - Phán quan đọc án kế: "Phan Thị nhan sắc xinh tốt mà tham dâm, chê chồng xấu tướng, lộn chồng lấy các tay điếm đàng, thả lắm đau ghẻ lở mình mà chết".

Phán: "Nhân duyên trời định, có số giàu nghèo. Ngươi là đàn bà xấu nết, không biết hổ thẹn, chê chồng xấu mà lộn chồng, lại ngoại tình lang chạ. Thấy chúng giàu sang, tức mình nghèo khó, ỷ mình bóng sắc, chê chồng xấu xa không xét nết lăng loàn mà chê chân chất, chê chồng già mà mê chồng trẻ, trách cha mẹ định không xứng lứa vừa đôi. Thờ chồng không trọn đạo, hoang nết chẳng nên người. Đứng đường bán dạng thuyền quyên, đánh bóng nhem trai hoang đảng. Tội tà dâm đại ác không dung. Phạt đầu thai làm heo nái hai kiếp, cho đáng tội lộn chồng, rồi sẽ xử nữa. Truyền quỉ sứ cho máy răn sắt nhai nó, rồi cho đầu thai".

Phán quan tâu rằng: "Hai mươi ba khoản ác phạm cộng 43 án đã xử rồi. Còn Thiện sĩ Lâm Tự Kỳ bị bắt lầm bây giờ tính lẽ nào?" Vua Tần Quảng đòi hồn Lâm Tự Kỳ lại, phán rằng: "Nay đưa ngươi huờn hồn, phải rán lấy lòng thành tu hành cho sấn sướt, trẫm nãy giờ xử các án đó, ngươi đều hiểu chăng? Tự Kỳ tâu rằng: "Tôi thấy đủ." Phán: "Các sai dịch, đưa hồn thiện sĩ qua vua Đông Nhạc, lãnh phê hồi dương đặng thiện sĩ thuật lại cho đời nghe các án trẫm xử đó". Tự Kỳ tâu: "Tôi tối dạ nhớ các án không rành". Vua ngó phán quan mà phán rằng: "Cho thiện sĩ một huờn thuốc phát huệ ngậm trong miệng mà hồi dương, thì nhớ đủ điều không sót". Tự Kỳ lãnh huờn thuốc phát huệ rồi tâu rằng: "Tôi cám ơn vương gia cho sống lại, từ này tới, quyết tu hành song chưa biết cách tu hành đạo đức lớp lang điều nào làm trước cho trúng cách?"

Tần Quảng Vương phán rằng: Đạo là đạo ngũ đạt: chúa tôi, cha con, chồng vợ, anh em, bằng hữu, cũng trong năm bậc ngũ luân chớ không điều chi lạ. Sao gọi đạo chúa tôi: Phàm

làm quan thì trước phải ngay chúa thương dân, ở lòng hết sức
cứ lẽ công bình mà quên tư vị, lo việc nước mà quên việc nhà,
ấy là theo bậc chức phận. Còn dân giã thì lo cho đủ sưu thuế,
không phạm phép nước, giữ bổn phận thảo thuận ngay chính,
thiệt thà chắc chắn, giữ theo lễ nghĩa nhà ở nhân nhường.
Khuyên dạy quê khờ, giữ gìn phong hóa, ấy là tu bậc chúa tôi.
Còn đạo cha con, làm cha nuôi con thì phải dạy, thương con
phải cho nó cần lao. Hoặc dạy sách kinh cho thông đạo lý,
hoặc dạy ruộng rẫy buôn bán nghề nghiệp làm ăn; chẳng nên
cưng hư, cho lập lũ tửu sắc hoang đàng bài bạc. Còn làm con,
lo nuôi dưỡng kính yêu cha mẹ, việc lớn thì lo ăn học nên danh
cho cha mẹ vinh hiển, ở thanh liêm, ngay thẳng cho cha mẹ
được tiếng khen. Kế đó phải rán hết sức, hết lòng mà nuôi cha
mẹ, ăn mặc cho xứng đáng, tùy theo sức mình giàu nghèo;
giàu sang thì dâng mùi ngon ngọt và chiều lòng cho cha mẹ
vui lòng, đừng để cha mẹ bất bình mới trọn thảo; nếu nghèo
khó đầu muối dưa hẩm hút, cũng nuôi cho cha mẹ đẹp lòng,
liều thân trâu ngựa mà đền cúc dục. Dẫu nghèo cũng hết lòng
cung kính cha mẹ, chớ ỷ một sự nuôi, mà không kính lễ. Còn
phải biết thân vóc này là thịt xương của cha mẹ chia cho, nên
phải thủ thân chẳng dám hủy hoại thân thể, và cũng không
dám làm quấy cho nhục cái vóc của cha mẹ sinh thành, mới là
trọn thảo. Ấy là đạo cha con như vậy. Còn đạo chồng vợ phải
phân biệt chồng lo việc ngoài, vợ lo việc trong cho trúng cách.
Chồng cầm quyền vợ, song phải lấy lễ nghĩa mà đãi nhau
đừng bỏ phép mà mày tao mi tớ. Hoặc chồng ỷ quyền mà
đánh hiếp vợ, hoặc vợ vô lễ mà sỉ nhục chồng. Chồng trọng
vợ tại đức hạnh, chẳng nên mê sắc, vợ kính chồng như thờ
chúa phải giữ đạo tôi. Vợ chồng thuận hòa thì nên gia đạo.
Chồng dạy vợ hiền kính cha mẹ chồng, cho dâu sẽ bắt chước.
Hòa thuận chị em bạn dâu thì trong nhà hết sanh nghi. Chồng
dạy phải thì vợ nghe, mới gọi xướng tùy trọn đạo. Ấy là tu việc

chồng vợ. Còn như anh chị em cũng một chỗ mà ra, một máu một thịt như tay chân, như thể các nhánh cây một gốc, nếu anh đau như em đau, coi như một vóc, đầu sự may sự rủi, sự vui sự buồn, cũng chung cùng nhau một thể.

Như cha mẹ còn mà anh em hòa thuận thương yêu nhau, thì cha mẹ vui mừng lắm. Tuy cha mẹ đã khuất, ngó thấy anh em, cũng như thấy cha mẹ, thương anh em cũng như thương cha mẹ. Bởi vậy tuy anh em bất hòa mặc lòng, nếu người dưng đánh anh em, cũng nóng ra mà bênh vực, lấy đó mà suy, thì anh em là thiết lắm. Nói tắt một điều: cha mẹ anh em là trời định, không đổi dời đặng. Còn vợ con là ở sau, tại nơi người định, nên đổi dời đặng. Vì vậy chẳng khá trọng vợ con mà khinh anh em, chớ khá vị tình sau mà quên nghĩa trước, thì tu việc anh em rồi. Còn bậu bạn cũng đứng vô năm bậc nhân luân là cớ nào vậy? Mình chưa làm việc lỗi, nhờ bạn trách mới bỏ. Việc nên hư lợi hại phải quấy của mình, có khi cha mẹ vợ con nói không được, vì không nỡ nói, mà bạn dám nói. Việc tâm phúc của mình, có khi cha mẹ vợ con nói không được, mà bạn dám nói. Có việc cấp nạn, cha mẹ vợ con cứu không được, mà bạn lo được cứu được. Cho nên con người không nên chẳng có bạn đạo nghĩa. Cho nên kết bạn, nói phải chắc chắn nhìn lời: lâu ngày cũng chẳng quên nhau. Lo việc cho bạn, cứu cấp cho bạn. Mình ở cho trọn đạo với bằng hữu, tự nhiên bằng hữu giúp ích lợi cho mình. Tu xong cái đạo bằng hữu thì năm bậc đạo nhân luân trọn rồi. Xin thiện sĩ rán lên một bậc. Ấy là lời quê cạn của trẫm, truyền dạy người đời, nghe cho mau hiểu rán sức mà làm. Nói tắt một điều, người tu hành chẳng luận bỏ nhà hay ở nhà, gái trai già trẻ, cũng không luận sang hèn giàu nghèo, hoặc trôi nổi hoạn nạn, không người nào mà tu chẳng được, không chỗ nào mà tu chẳng được, không thuở nào mà tu chẳng được. Tại nơi mình tùy theo bổn phận, trong lòng cho an. Mình có dư, coi như còn thiếu, chớ sanh lòng kiêu căng xài phí quá chừng. Mình tuy thiếu, coi như có dư, đừng sanh dạ tham lam ước mơ quá lẽ. Ở với người, cứ một chữ DUNG, trị trong nhà nhớ trăm câu NHỊN.

Nếu ai ở điều chi quấy quá, mình hết lòng tìm kiếm cho ra chỗ phải của người. Mình ở điều chi phải nhiều, mình hết sức xét suy cho ra chỗ phải còn thiếu. Lo cần kiệm là đầu sanh lý, giữ hiếu để là cội tu thân. Lại còn bố thí giúp đời, làm lành chẳng mỏi. Làm đặng vậy trọn đời; gìn chay tốt, không gìn cũng tốt, niệm phật linh, không niệm cũng linh". Tự Kỳ: "Phải có của mới bố thí đặng, nghèo mới biết làm sao?" Phán rằng: "Sự bố thí chẳng phải rặt ròng có của, lấy của bố thí là thí cho kẻ nghèo ngặt. Nếu sức mình không dư, mà cho kẻ đói một chén cơm, cho kẻ khát một bát nước, cũng gọi là bố thí. Hãy còn nhiều cách bố thí mà không tốn của. Như kẻ đang lo sợ, mình dùng lời dịu giải khuyên cho hết sợ, gọi là **vô úy** bố thí. Còn những người mê đắm, không biết ăn năn, mình khuyên giải cho tỉnh lại hết lầm, gọi là **vi pháp** bố thí. Nếu có việc chi tiện cho đời, thì mình ra sức, việc bất tiện mình lo dùm cho êm, gọi là **phương tiện** bố thí. Nếu người ta tranh đua, thưa kiện, mà mình thích giải hòa, gọi là **giải kiết** bố thí. Trong lòng bất nhẫn hay thương người, gọi là **tâm điều** bố thí. Các điều đã nói đó, là bố thí lời nói với công làm lựa phải có tiền bố thí". Tự Kỳ tâu: "Cứ theo thầy chùa nói: phải ăn chay niệm phật mới gọi là tu hành". Phán rằng: "Ăn chay niệm phật, là ép xác sửa lòng. Chớ ăn chay có ích chi cho phật. Còn niệm phật lại lợi chi cho đời. Miễn là làm mười điều lành, lánh mười điều dữ thì đủ rồi. Nếu ăn chay niệm phật mà mười điều dữ không bỏ, mười điều lành không làm, chẳng những không phước không công mà lại nhiều tội nhiều lỗi. Vậy chớ mười mấy sãi hồi nãy, cũng ăn chay niệm phật, mà cũng bị giam địa ngục, ấy là không phải chân tu. Nếu chân tu thì sửa mình giữ đạo là thứ nhất, bố thí ăn chay thứ nhì. Cái nào cũng quí tại chữ tâm: bố thí khó tại lòng nhân, không khó điều ra của, ăn chay khó tại lòng chánh, không khó miệng cữ kiêng. Cho nên nhà nghèo bố thí một đồng tiền, cầm đáng ngàn đồng nhà giàu có. Nhà giàu có ăn chay một bữa, cũng bằng chay một tháng nhà nghèo, là lấy chỗ khó ít nhiều mà tính phước, nếu rán chịu khó cho lắm, mới thiệt lòng thành tu hành".

Tự Kỳ tâu: "Sao gọi trong Kim Cang có bốn câu kệ quý?" Phán: "Nghĩa này mắc lắm, trẫm giảng kỹ, thiện sĩ nhớ cho rành. Kinh Kim Cang 32 phần, phần thứ năm:

"Phật cáo tu bồ đề: **Phàm sở hữu tướng giai thị hư vọng nhược kiến chư tướng phi tướng, tức kiến Như Lai**".

Nghĩa là: Phật Thích Ca dạy ông tu Bồ Đề rằng: "**Phàm việc chi có hình tướng đều là sự huyễn sự dối. Nếu thấy cái tướng nào không phải tướng, thì là thấy Phật Như Lai**". Bởi Phật không chịu hình tướng, không bày biện, cứ không không là quí.

Phần thứ ba dạy phép không tâm (trong lòng không):

"**Tu Bồ Đề, nhược Bồ Tát hữu ngã tướng, nhân tướng chúng sanh tướng, thọ giả tướng, tức phi Bồ tát.**"

Nghĩa là: "**Nếu Phật Bồ Tát, mà có ngã tướng là lòng tham, nhân tướng là lòng sân giận, chúng sanh tướng là lòng si mê bất thông, thọ giả tướng là lòng nịnh ái đắm sa, thì không phải là Phật Bồ Tát**". Vì trong lòng không 4 điều ấy.

Phần thứ 26 giảng phép không có thân (mình không).

"Nhĩ thời Thế Tôn, nhi thuyết kệ ngôn:

Nhược dĩ sắc kiến ngã,
Dĩ âm thinh cầu ngã.
Thị nhơn hành tà đạo,
Bất năng kiến Như Lai."

Khi ấy Phật Thế Tôn (Thích Ca) ngâm bốn câu kệ rằng: **"Nếu lấy hình tướng có sắc mà muốn thấy ta, hoặc lấy âm nhạc tiếng ca ngâm mà muốn thấy ta thì người ấy làm đạo tà, chẳng thấy Phật Như Lai đặng".** Phật dụng cái tâm thanh tịnh vô hình, chớ không ưa hình tướng.

Phần 32 (phần rốt) dạy phép không việc đời:

Nhất thiết hữu vi pháp,
Như mộng huyễn bào ảnh,
Như lộ diệc như điển,
Ưng tác như thị quán.

Nghĩa là: **"Hết thảy các việc có hình làm ra thì giả như chiêm bao, bọt nước, như cái bóng của mình, như móc sa trên ngọn cỏ, như chớp nháng đều không bền lâu, thấy đó mất đó".** Các việc hữu hình, đều hư huyễn như vậy, nên Phật trọng vô hình.

Trong phần ấy, Phật có dạy câu này:

Bất thủ ư tướng, như bất động.

Nghĩa là: "Chẳng dùng binh tướng, trơ trơ chẳng bận lòng".

Lại trong phần 18, Phật dạy bỏ ba lòng:

Tu Bồ Đề,
Quá khứ tâm, bất khả đắc.
Hiện tại tâm, bất khả đắc.
Vị lai tâm, bất khả đắc.

Nghĩa là: **"Không nên nhớ chuyện đã qua. Còn hiện tại bây giờ, không nên vọng tưởng. Sẽ đến đừng mơ ước".** Phải để tâm cho thanh tịnh thì không tội, mới đặng theo Phật Như Lai, Phật xưng là Như Lai vì trong phần 29, Thích Ca nói: **"Như Lai giả, vô sở tùng lai, diệc vô sở khứ, cố danh Như Lai".** Chữ Như Lai là tự nhiên cái tâm, không phải ở

đâu mà đến và cũng chẳng đi đâu. Nên gọi tự nhiên như vậy.

Vua Tần Quảng thích nghĩa các bài kệ và các câu yếu lý trong kinh Kim Cang, rồi phán rằng: "Nếu thiện sĩ về tụng thêm cho đủ một tạng kinh Kim Cang (5818 biến) và đem các bài kệ ấy giải nghĩa cho người nghe hiểu đạo Phật, không cần cúng chùa, quý tại chừa tham sân si bốn tội và bỏ ba cái lòng vọng tưởng tà vạy, là sửa lòng tu mình, khỏi tội đặng thành chánh quả, ít nữa cũng được hưởng phước kiếp sau. Nếu người nghe mà cải ác tùng thiện, thì công của thiện sĩ lường không xiết, sẽ đặng siêu thăng". Tự Kỳ tạ ơn, rồi tâu rằng: "Tôi cám ơn vương gia cho sống lại và nhờ ơn dạy bảo, thắp hương mà lạy hoài đến ơn cũng không xứng. Còn các vị thần sở tại chỉ lầm, e bị tội lỗi xin vương gia rộng dung cho chư thần". Phán: "Trẫm y lời miễn chấp. Thiện sĩ hồi hương rán hết lòng làm lành, nhớ lời trẫm dặn". Phán rồi truyền bốn quỉ sứ, đưa hồn Tự Kỳ, về tới cõi dương gian, giao cho các thần sở tại, đem hồn cho nhập xác.

Khi ấy Lâm Tự Kỳ sống lại, như tỉnh giấc chiêm bao, kêu tiểu đồng, người nhà xúm lại cho uống nước trà, trong miệng Tự Kỳ bay ra mùi thơm lạ (ấy là hơi thuốc Phát Huệ). Xóm làng tới thăm đông lắm, đều hỏi thăm việc Âm Phủ mà nghe, vì từ xưa đến nay, chưa thấy ai thác đi sống lại. Tự Kỳ bảo đem giấy mực lại, cứ việc vẽ hình vua Tần Quảng với phán quan xử 42 án. Rồi để các án theo họa đồ, gọi là cuốn Hồi Dương Nhơn Quả. Ai nấy xem đều thấy hãi kinh, nội châu huyện quan dân đều đến xem sự lạ, thấy xử các án công bình, mới biết từ xưa đến nay, sự báo ứng không sai một mảy, mới tin địa ngục rõ ràng, không phải hồ nghi huyễn hoặc, nên nhiều người cải ác tùng thiện. Trong lúc ấy nhằm ngày mồng chín tháng ba, năm Mậu Ngũ, trong niên hiệu vua Gia Khánh trào Thanh.

Lâm Tự Kỳ với người háo thiện, sao lục cuốn này mà cho thiên hạ coi, đưa đậu tiền mướn khắc bản, v..v....

NHƠN QUẢ LỤC
LINH-NGHIỆM KÝ

(Biên các sự linh nghiệm Kinh Nhơn Quả này)

1.- Uông Nguyên ở huyện Tiền Đường, mẹ già, còn y đã ba mươi tuổi, mà không con, cha là ông Tịnh Hư, tính khắc bản kinh Hồi Dương Nhơn Quả, chưa khắc đặng mà mãn phần. Uông Nguyên muốn cầu cho mẹ đặng sống lâu và cầu con luôn thể, nên bán ruộng mà mướn khắc bản. Mới khắc nửa cuốn, mà vợ đã có thai đẻ con trai. Rủ thêm các vị háo thiện Ngại Khởi vân vân, phụ tiền in tới muôn cuốn mà cho người. Đêm kia Uông Nguyên chiêm bao thấy hồn cha về khen rằng: "Con noi ý cha, cha đã siêu thăng về cõi thiên đường. Còn mẹ người sẽ trường thọ. Các vị phụ in, đều đứng tên vào sổ Thiên Tào". Sau gia đạo càng ngày càng khá, mẹ sống gần trăm tuổi.

2.- Triệu Bích đi thi đậu về, thấy hồn vợ hiện dọc đường đón chồng khóc rằng: "Thiếp hay sát sanh, thường làm nham cua lắm. Nay hồn xuống âm phủ, phạt bỏ vào núi Giải San, bầy cua kẹp ngày đêm khổ sở. Tại âm phủ trọng kinh Hồi Dương Nhơn Quả lắm. Tôi xin cho hiện hồn về, cậy tả bảy cuốn cho người mà chuộc tội". Triệu Bích về tới nhà mới hay vợ chết đã chôn rồi. Liền sao tả kinh này, mới được hai bổn mà cho lần. Kế đi viếng mả vợ gặp ông già xưng là thần núi nói rằng: "Vợ ngươi nhờ phước cho kinh, đã đặng đầu thai rồi."

3.- Vương Phụng là thầy thuốc huyện Thoại An, cữ sát sanh, lại phóng sanh nữa và hay mướn khắc các bản kinh khuyến thiện. Ngày kia bệnh ngặt, chiêm bao thấy hai quỉ sứ bắt hồn dẫn đi đặng nửa đường, ngó lên thinh không có ba vị, một vị mặc áo vàng nói rằng: "Ấy là Vương Phụng hay khắc bản kinh in cho thiên hạ, mau thả hồn ra". Hai quỉ y lời. Vương Phụng tỉnh dậy thuật chuyện, mạnh giỏi như thường, nên lo việc in kinh làm lành. Sau tu thành Tiên.

4.- Dương Sâm là tấn sĩ ở huyện Huỳnh Nham. Lúc chưa thi đậu, thấy trong làng khắc bản kinh Cảm Ứng và kinh Hồi Dương Nhơn Quả mà in cho người. Dương Sâm xét mình ít tiền thấy tấm bản số 17 chưa khắc, xin chịu tiền nội một tấm ấy. Tối chiêm bao thấy ông thần mách bảo rằng: "Cho chàng trúng theo số bản kinh". Sau thi đậu tấn sĩ thứ 17. Lấy đó mà suy: **khắc bản kinh không luận tiền nhiều ít, quí tại lòng thành.**

5.- Phương Thời Khả ở huyện Hữu Ninh, nhà nghèo mà hay bệnh. Gặp người lạ nói rằng: "Ngươi nghèo mà không con, số có 36 tuổi. Nếu muốn đặng phước, thì phải làm lành". Thời Khả về rán sức khắc các bản kinh, quyết in cho thiên hạ. Khắc mới phân nửa, bệnh giảm năm phần, khắc rồi thì hết bệnh. Sau sanh hai người con trai, lớn đều vinh hiển. Thời Khả cũng đặng sống lâu.

6.- Trần Tòng Hiên ở huyện Ngô Môn, năm Canh Ngũ trào vua Gia Khánh, tháng mười một nội xóm trong thành bị lửa cháy. Người trên thành ngó thấy có một người lớn cao, đứng trên nóc nhà Tòng Hiên mà chữa lửa. Ai nấy đồng lấy làm lạ. Không bao lâu các nhà xung quanh đều bị cháy hết, trừ ra một nhà Tòng Hiên khỏi cháy! Ai nấy đều hỏi thăm vì cớ nào mà khỏi bị hỏa hoạn? Tòng Hiên nói: "Trong nhà có bản Cảm Ứng và bản kinh Hồi Dương Nhơn Quả, không biết phải nhờ đó mà khỏi chăng".

7.- Huyện Tiền Đường có ông văn học giỏi, là Hứa Đình Du, hay tụng kinh Cảm Ứng, để thờ trên bàn, lối xóm coi theo mà ở. Đêm nọ ăn cướp tới động cửa, chúng nó xây xẩm, không

thấy đường mà vô, hoảng hồn bườm hết. Sáng Đình Du hay
sự ấy, càng cám ơn thần, khắc bản ấn thí, nhà càng khá hơn.

8.- Cống Sanh (cử nhân) họ Uông, ở huyện Lục Hiệp,
ngày nọ chiêm bao thấy vào chùa ông Văn Xương Đế Quân,
có đôi liễn:

Thiên thượng chủ ti hữu nhãn, đơn khán tâm điều:
Nhơn gian văn tự vô quyền, toàn bằng âm đức.

Nôm:

Chủ tể trên trời có mắt, cứ ngó lương tâm:
Văn chương dưới thế không quyền, trọn nhờ âm đức.

Họ Uông ý muốn khắc câu đối đó vô thiện thơ (kinh) mà
cho đời hiểu sự chiêm bao thấy liễn Đế Quân nhất định sự đậu
rớt như vầy mà sửa lòng. Bỗng thấy ông thần bước ra vòng tay
nói rằng: "Lệ thường in một trăm cuốn thiện thơ cho người, thì
sống thêm một kỷ (12 tuổi). Nếu in thêm đôi liễn này vào, cho
đời rõ tích thần thánh thưởng phạt, tin mà sửa lòng, phước thọ
nhiều lắm".

9.- Tạ Thiệu Thuyên ở huyện Huyễn Bình bốn mươi tuổi
mà không con, lấy làm rầu lắm. Có người khuyên y cho vay
đừng ăn lời nặng, rán làm nhiều việc lành, và khắc bản in kinh
cho người mà cầu con thì đặng. Thiệu Thuyên tin lời làm liền.
Vợ bệnh yếu đặng mạnh, sau sanh ba đứa con trai đều mạnh
mẽ. Vợ chồng tin sự linh nghiệm nên làm lành thập bội hơn.

10.- Họ Ngô ở Hàng Châu làm chức võ, sức mạnh đánh
quờn hay lắm. Ngày nào cũng xúi chúng kiện thưa và ra tay
giúp sức. Ngày kia họ Ngô đi với chúng bạn, ngồi nghỉ tại cầu
Liên Kiều, gần cửa chùa có một người đương coi đọc kinh Hồi
Dương Nhơn Quả. Họ Ngô cười và ngạo rằng: "Kinh ấy là
nói gạt đàn ông dốt, đàn bà quê, chớ như bậc văn học viên
quan lễ nào chịu đọc và khen ngợi! Thức cười cho ông văn

học ngày trước, bày đặt điều huyễn hoặc làm chi?" Nói chưa dứt lời, vùng té nhào hộc máu cả chén! Bạn hữu hỏi thăm, họ Ngô nói: "Thấy con quỉ lên cốt đứng dựa bàn thần, nạt lớn một tiếng, hết hồn mà té". Cách ba ngày sau họ Ngô thác. Trương Đảng Ngọc ở huyện Tiền Đường thấy tận mắt mà thuật chuyện ấy lại.

11.- Niên hiệu Gia Khánh, năm thứ 12, Trương Tử Anh có một đứa con trai lên bông bệnh nghịch. Mấy thầy thuốc chạy hết. Tùng cậy họ Khuôn thỉnh tiên, đặng xin toa thuốc. Uống tuy khá mà mông còn lở lầy. Thỉnh tiên nữa. Ngài cho toa thuốc rắc và dặn như vầy: "Đứa nhỏ này số vắn, tuy cho thuốc lành mạnh, sau cũng khó nuôi. Ngươi phải rán làm phước, cầu trời cho thêm tuổi. Nhóm Nghê Tượng Hồng ở ấp này mới khắc bản Hồi Dương Nhơn Quả, ngươi phải phát tâm in ba trăm cuốn mà cho người thì nuôi đứa con ấy mới được". Tử Anh y lời, thiệt con mạnh.

12.- Kim Biên Tam tự Chấn Tổ, ở huyện Hữu Ninh. Thuở nay làm điều chi cũng giữ theo kinh Cảm Ứng với kinh Hồi Dương Nhơn Quả làm gốc. Nếu gặp ai làm dữ, thì hết sức giảng dạy khuyên can. Mùa thu năm Giáp Tuất, đi qua đò xứ Nghiêm Lăng, sông Thất Lý, bị bão lớn quá gãy bánh lái hư ghe thiếu chút mà chìm đò. Người trên đò ai nấy kinh hãi. Xảy đâu ngó thấy trong đám mây đen có ông thần bận giáp vàng tay cầm cờ đỏ, phất và nói lớn rằng: "Trong đò này có ba người tu theo kinh Cảm Ứng với kinh Hồi Dương Nhơn Quả, phải bảo hộ cho an". Các người trong đò đều xúm lại vì đồng nghe đồng thấy. Chủ đò hỏi thăm người trong đò có ai tu theo kinh Cảm Ứng với kinh Hồi Dương Nhơn Quả? Thì có họ Hứa ở phủ Nam Xương, họ Du ở huyện Gia Hưng, với ông Kim Chấn Tổ là ba vị.

13.- Cung Giai Dĩnh ở huyện Võ Lâm, vợ là Lý Thị, mang

bệnh bĩ mãn (lớn bụng) hai mươi năm, mỗi lần đau bụng gần chết, cũng giống bệnh cổ trướng, uống các thứ thuốc không hết. Giai Dĩnh vào chùa Văn Xương Đế Quân lạy vái, nguyện khắc bản kinh Âm Chất và kinh Hồi Dương Nhơn Quả, in với các thiện thơ cho người vái cho vợ lành bệnh. Hèn lâu Lý Thị mới mạnh. Còn em ruột là Cung Giai Úy, vợ là Từ Thị nghén song thai, giờ Thìn đẻ một đứa, còn một đứa trong bụng tới giờ Dậu, mà chưa ra, mẹ con mệt xỉu, nội nhà hãi kinh. Giai Úy vào chùa Văn Xương, qùì lạy nguyện in thí kinh Âm Chất chú giải, với Hồi Dương Nhơn Quả, năm trăm bộ cầu cho vợ sanh thai mạnh khỏe. Thiệt sanh mau mắn mẹ con đều bình an. Còn người chú là Cung Chương đau bệnh trĩ (ghẻ dưới giang môn), mấy năm ngồi thì đau nhức. Lạy Văn Xương Đế Quân, cầu cho hết bệnh thì in kinh. Vái rồi lạnh mình bắt run như rét, trong bụng lạnh ngắt như uống nước đá lần lần hết bệnh.

14.- Quan hình thơ là Thẩm Lộc Minh ở huyện Trát, phụng chỉ về Kinh đô, vợ phát bệnh nặng. Lộc Minh lạy cầu Văn Xương Đế Quân xin cải ác tùng thiện lo khắc bản in kinh. Người nhà vào chùa kêu Lộc Minh nói bà đã tắt hơi. Lộc Minh về nhà, vợ sống lại nói: "Thiếp bị quỉ bắt dẫn đi, nửa đường gặp ông thần, xưng là Trị-Nhật Công-Tào, nói rằng người chồng có vái nên Đế Quân bảo tha về". Nhằm ngày 19 tháng 6, Đạo quang năm thứ ba.

15.- Hạ Chi sanh ở huyện Trường Giang, ngụ kinh đô nhớ mẹ già ở nhà 70 tuổi. Rằm tháng bảy, năm Quí Mão vào lạy Đế Quân, nguyện in kinh Âm Chất với kinh Hồi Dương Nhơn Quả cho đời, cầu mẹ trường thọ mạnh khỏe. Không bao lâu đặng thơ nhà gửi qua nói: "Mẹ đau phát bối đã lâu, rằm tháng bảy vùng hết".

16.- Lưu Quân An ở xứ Dương Châu, làm chức tùng sự theo quan Lại Bộ. Mẹ theo ở kinh đô, phát bệnh mê mẩn,

Quân An ở xa chùa Văn Đế, nên chồng ghế lên cho cao, đầu canh năm lên ghế cao, lạy ngay phía chùa Văn Xương Đế Quân, cầu cho mẹ mạnh, thì khắc bản in kinh cho thiên hạ, giây phút bà mẹ tỉnh hồn nói rằng: "Ta bị một con quỉ bắt đi theo cả trăm tội nhân bỏ tóc xõa, mặt mày lem luốc. Xảy gặp ông thần chạy đến nói rằng vâng lệnh Văn Xương Đế Quân bảo tha một ta về, nên mới tỉnh lại". Nói rồi khỏe lần, không uống thuốc mà mạnh.

Hồi Dương Nhơn Quả lục

CHUNG

TỪ-ÂN NGỌC-LỊCH
MINH KINH

LỜI TỰA CỦA TÔ-LAN TỰ NHƠN THU

Kinh Ngọc-Lịch này, gốc thầy tu hiệu Đạm Si, gặp thần phật truyền bổn này, về giảng cho đời hiểu. Sau truyền lại cho đệ tử là Vật Mê đạo nhơn (thầy tu để tóc) lưu truyền đã lâu, giảng điều quả quả báo minh bạch. Ngặt người đời kẻ tỉnh ăn năn thì ít, mê mà không tin thì nhiều. Chê lành nhỏ mà chẳng làm, làm dữ nhỏ không sợ. Cũng có người: đã biết tội xưa, muốn chừa lỗi cũ. Chưa làm lành bao nhiêu, mà mong đặng phước gặp sẵn dịp dễ lắm liền cải lương tâm! Trách chi ông thánh nói: "Người khác hơn cầm thú có bao nhiêu!" Thiệt là phải lắm. Coi các vị giàu sang trên đời, đều có căn lành theo Ngọc-Lịch. Còn kẻ khó hèn, tuy tại tội kiếp trước, song cũng phạm trong Ngọc Lịch. Người sống bao lâu, ăn năn sao kịp! Kinh Diệc nói: "Coi làm việc lành, xảy gặp phước tốt". Kinh thơ nói: "Làm dữ cầu may ví như đạp nhằm đuôi cọp, hoặc đi trên giá mùa xuân, có khi tan ra nước mà sụp". Lại nói: "Làm lành, trời cho phước xuống, làm dữ, trời cho họa xuống". Phàm làm người việc nào đã thấy trước con mắt chẳng sai, thì chớ lôi thôi lây lất. Tôi chưa dám chắc mình là không quê, song cầu cho khỏi tội nghiệp mà thôi.

Niên hiệu vua Gia Khánh, năm Kỷ Mão tháng 11.

LỜI TỰA CỦA KIM-DẦN Ở HUYỆN TIỀN ĐƯỜNG

Người quân tử lập thân, làm việc nào mà không lành. Miễn giữ theo lương tâm trời phú, cho khỏi tội với trời đất quỉ thần mà thôi. Nếu muốn làm gì thì làm, không sợ phép trời, chẳng tin báo ứng, thì càng ngày càng tệ, còn dạy nỗi gì? Tuy ông thánh nói: "Làm lành trời trả phước, làm dữ trời trả họa". Họ nói: "Lành không chắc phước, dữ không chắc họa". Như vậy các án trốn khỏi lưới dương gian, chẳng là bỏ qua sao? Đời tệ như vậy, người quân tử mới giảng làm sao? Nay có kinh Ngọc Lịch truyền ra, khắc bản tới lần thứ tư, dạy dự phòng nghiêm nhặt, giảng quả báo rõ ràng, ai đọc tới cũng giật mình sợ tội. Làm lành tuy không cần phước mà có phước, làm dữ sợ họa cũng không khỏi. Nếu không biết kiêng có trời soi xét, thì làm dữ luôn luôn. Xem kinh này mỗi việc coi như có thần biên tội phước, ở phải thì ngó trời đất, mình cũng không hổ thẹn là đủ rồi.

Niên hiệu Đạo quang, năm Nhâm ngũ, tháng 9

LỜI DẶN CỦA ÔNG KIM-DẦN

Kinh Ngọc-Lịch này, ghi xét công quả, phân biệt ngay gian, linh hiển rõ ràng, quả báo trước mắt. Ai làm lành thì đặng phước, ai làm dữ thì mắc họa. Kẻ dữ mà ăn năn cải ác tùng thiện, lâu ngày cũng đổi họa ra phước. Lời dạy rẽ rồi, dẫu đàn bà con nít, nghe cũng hiểu mà giữ theo. Nếu ai không tin, gọi chuyện đặt điều, như phụ chiếc thuyền lành vớt mình cơn té sông, không chịu leo lên, thì phải bị chìm nơi biển khổ, sa địa ngục đã đành rồi. Tôi ước ao cho các vị quân tử, để cuốn kinh này trên bàn, dựa đầu nằm, hằng ngày xem đọc, mắt thấy lòng ghê, thì răn mình không dám làm quấy. Như vậy thì hiệp theo lời thánh dạy, lành gặp phước, dữ mang tai. Nếu chừa lỗi làm phải cho trọn lành, tôi mừng dùm lắm.

PHỤ TRA NIÊN HIỆU KINH NGỌC-LỊCH

Thầy Đạm Si là Hồ Tăng sãi nước Hồ, nước Liêu.

Tên Kinh Ngô, năm canh ngũ, nước Liêu, niên hiệu Thái Bình thứ mười.

Nhằm trào Tống, vua Nhơn Tông, niên hiệu Tiên Thánh thứ tám, năm Canh Ngũ, ngày trùng cửu. Đạm Si đi núi, gặp kinh Ngọc lịch.

KINH NGỌC-LỊCH

ÔNG TỬ HOÀNG LÀ THẦN ĐÔNG-NHẠC DẠY:

Trời đất không tư vị, thần minh hay xét soi. Chẳng vị cúng tế mà cho lành, không trách thiếu lễ mà giáng họa. Có quyền đừng ỷ thế lắm, giàu sang đừng xài phí lắm, nghèo khó đừng dối trá lường gạt tham gian. Bởi vì ba bực ấy, trời sẽ cho luân phiên xây vần, giáp vòng trở lại ban đầu như đồng hồ vậy. (Nếu có quyền mà ỷ thế quá, thì mau hết thế, tới thất thế sẽ bị báo cừu. Giàu xài phí quá thì hưởng mau hết phước, trở nên nghèo mà chịu khổ. Còn kẻ nghèo nếu biết kiếp trước tội nặng, nay chịu trả quả, phải ăn năn thủ phận không dám làm quấy, hết vận bĩ, tới vận thới, trời cho trở nên khá, nếu liều mạng gian tham, trí trá lường gạt giựt của chúng, là buộc thêm tội, trời phạt chồng án tới già, e để họa dư cho con cháu khổ nữa, vì phạt đời mình chưa hết). Cho nên mới làm lành một ngày, tuy phước chưa tới, mà họa đã lánh xa (như tai qua nạn khỏi). Hoặc mới làm dữ một ngày, tuy họa chưa tới, mà phước đã lánh xa (như sẽ gặp sự may, mà khiến ăn trược). **Người làm lành như vườn cỏ mùa mưa, tuy chẳng thấy lớn, mà càng ngày tốt tươi. Người làm dữ như đá mài dao, tuy chẳng thấy hao, mà ngày càng mòn mỏi.** Phải nhớ mà răn lòng điều này, đừng làm những việc tốn của người cho đặng lợi mình, phải kiêng cữ cho lắm. Thà làm một mảy lành, tìm phương giúp cho tiện sự người cơn bất tiện. Khuyên người chớ làm một mảy dữ. Ăn mặc tùy theo bổn phận, độ cho vừa sức mình tự nhiên vui vẻ, lựa là còn số mạng làm chi? Xin xăm xủ quẻ bói khoa mà hỏi họa phước làm chi? Ta nói sự họa phước, chắc cho đời rõ như vậy; khinh khi gạt người thì mắc họa, độ lượng rộng và hay dung người thì đặng phước. Nếu nghe lời ta mà ở theo, quỉ thần kính phục, thiên hạ kiêng vì.

BÀI BỬU CÁO DẠY BÁO ÂN
CỦA HUYỀN-THIÊN THƯỢNG-ĐẾ

(Nếu đọc tụng, chừa các điều dữ, làm các điều lành thì khỏi họa. Lạy ba lạy rồi tụng, hết rồi cũng lạy ba lạy.)

Huyền ngươn ứng hóa. Võ khúc phân chơn, thùy niệm ngã đẳng chúng sanh, hữu tướng thoát sanh phụ mẫu. Hoài đam thập ngoạt, nhủ bộ tam niên, tân khổ bá thiên, ân cần khốn niệm. Liên ngã phụ mẫu, nhật tiệm suy hủ. Ngã kim trị niệm bình đẳng, tất diệt hiểm tuấn tham sân. Lễ đế vi sư, kỳ ân báo bổn. Nguyện ngã, hiện tại phụ mẫu, phước thọ tăng diên. Quá khứ phụ mẫu, tảo đắc siêu sanh. Đại thánh đại từ, đại nhơn, đại hiếu. Bát thập nhị hóa, báo ân giáo chủ hưu thành chơn với trị thế phước thần, ngọc hư sư tướng, Huyền-Thiên Thượng-Đế Kim Khuyết hóa thân, chung kiếp tế khổ Thiên Tôn.

Giải nghĩa kinh Báo ân của Huyền-Thiên Thượng-Đế.

Đức Huyền-Thiên Thượng-Đế, thương chúng tôi có cha mẹ ơn mang mến mười tháng, cho bú ba năm cay đắng trăm bề tấc lòng lo lắng nuôi con. Nay thương cha mẹ tôi càng ngày càng già yếu, tôi nguyện tụng kinh này, thì lòng ở công bình ngay thẳng bỏ lòng độc hiểm, tham lam, giận hờn. Thờ Đức Huyền-Thiên Thượng-Đế làm thầy: lại tụng cầu cho cha mẹ mà báo ân cội rễ. Nếu cha mẹ tôi còn sức khoẻ thì đặng sống lâu, nhờ trời thêm tuổi: còn như có mãn phần rồi thì được siêu thăng. (Từ ấy sắp sau là phước ngài dài lắm).

MƯỜI ĐIỀU CẤM CỦA ĐỨC VĂN-XƯƠNG ĐẾ-QUÂN

1.- Cấm chẳng ngay chúa (chủ), chẳng thảo cha mẹ, bất nhân, phi nghĩa. Phải ngay chúa, thảo cha mẹ, ở thiệt tình với người.

2.- Cấm không đặng tính mưu kế lấy của người cho lợi mình. Phải làm âm chất (âm đức) mà cứu giúp thiên hạ.

3.- Cấm đừng sát sanh mạng vật mà ăn, nếu trùng kiến vô cớ cũng đừng sát hại, là lòng nhân với vật mọn.

4.- Cấm tà dâm hoa nguyệt, giữ giới kỳ, là kỉnh vía thần.

5.- Cấm không đặng phá việc tốt của người, cho thất công người. Đừng làm cho rời rã ruột thịt của người. Phải giúp bà con mình, anh chị em cho hòa thuận với nhau.

6.- Cấm nói gièm siểm, chê bậc tài hiền. Không đặng kiêu ngạo khoe mình, phải khen tài năng sự phải của người. Còn mình có công lao không khoe, đừng xưng mình (giỏi khiêm).

7.- Cấm say rượu, phải cữ thịt trâu, thịt chó. Phải ăn đồ hiền, kiêng đồ độc, theo cách vệ sinh cho khỏi bệnh.

8.- Cấm tham lam không nhàm, bỏ đãy buộc chặt không bố thí. Phải giữ chữ cần kiệm, có dư mà giúp kẻ nghèo.

9.- Cấm kết bạn với kẻ quấy, hoặc ở xóm tiểu nhân, gần kẻ nết xấu, phải thân với người tài đức mà bắt chước.

10.- Cấm không đặng bạ nói bạ cười, làm điều trái lẽ. Phải giữ mình ít nói, giữ theo đạo nghĩa đức hạnh mà ở.

ĐỨC VĂN-XƯƠNG ĐẾ-QUÂN DẠY RẰNG:

Loạn luân là bà con lấy nhau, phạt đọa ngục Vô-Gián bị hành bào lạc 1500 lần, vì tội loạn luân nặng hơn tội tà dâm với người ngoài. (Bào lạc là cột đồng trống ruột cao 20 thước, đổ

lửa than trong ruột cột đồng mà đốt cho đỏ , rồi quỉ sứ xiềng
hồn tội cho ôm cột đồng mà đẩy lên, cháy tiêu thành than rớt
xuống lại hiện nguyên hình như trước mà hành nữa cho đủ
1500 lần). Nếu ai biết ăn năn trước, thì chừa lỗi, làm công mà
chuộc tội, đừng phạm tội loạn luân dâm ác nữa.còn kẻ văn
học đặt tuồng hoa nguyệt cho hát bộ hát, bài ca dâm, thơ dâm
vẽ hình tục tĩu, hoặc in mà bán, làm cho người tập thói dâm,
hại hư phong hóa, hoặc mướn hát tuồng dâm, đều bị tội nặng,
thác cầm vào ngục Vô-Gián (Vô-Gián nghĩa là không hở).
Giã, rồi xay, rồi bào lạc, rồi nấu dầu, hành xây vần hoài không
hở. Gái trai hành như nhau.

Thầy Liên Trí hoà thượng nói: "Ai thấy tuồng dâm truyện
dâm, hoặc đọc lời hoa nguyệt, xem hình ảnh tục tĩu, đều động
tâm sanh ra dâm loạn. Những tuồng dâm như truyện Tây Sương
ký, đặt chuyện Trương Quân Thoại với Thôi Oanh Oanh mà
hát cho đời mê mẩn, thiệt không phải người tài tử với giai nhân
mà làm nết xấu nguyệt hoa như vậy. Nếu các viên quan có
quyền thế, đốt tuồng truyện ấy, hoặc hủy diệt đi, thì được phước
lớn vô cùng. Còn con người ai cũng muốn sống, vật nào cũng
sợ chết, nỡ nào giết nó ăn thịt cho bổ mình, đành đoạn chặt
đầu lột da, thọc huyết cắt cổ, nhổ lông đánh vảy, bằm xắt luộc
nướng, đau rát khó kêu oan! Làm tội ác mà gây oan báo muôn
đời, đến thác bị hành tội rồi còn phải đầu thai mà thường mạng
nhiều kiếp. Sau đặng làm người, tật bệnh chết yểu, hoặc bị
hùm tha rắn cắn; đau bệnh hành hình thuốc độc, v..v.., đều bởi
hay sát sanh mà khổ đó. Nay ta khuyên trước cữ sát sanh. Nhà
nào cữ sát sanh thì thần phật phù hộ, khỏi tai họa, ít bệnh, sống
lâu, con thảo cháu hiền, đặng các điều may phước lớn, kể
chẳng xiết. Nếu có của dư phóng sanh, thả rùa trạch chim cá,
tụng kinh niệm phật chẳng những hưởng phước thọ mà thôi,
thác hồn được lên thiên-đàng, hoặc về tây-phương, khỏi luân

hồi nữa, có đâu sa địa ngục mà chịu hành hình. Ai có phước thấy lời ta khuyên, mau hồi tâm chừa dữ làm lành cho sớm, đừng để gần thác ăn năn không kịp. Nếu làm chẳng đặng, cũng rán khuyên người".

LỜI BỬU HUẤN

CỦA ÔNG LỮ-TỔ (LỮ-ĐỒNG-TÂN) GIÁNG CƠ:

Con người linh hơn muôn vật. Sao người đời không biết thân mạng. Cứ biết một sự dâm ác. Sự dâm ác đầu vua chúa quan dân xưa nay đều bị hư hại, vì dâm ác mà quên nước, quên nhà, quên danh, quên mạng, không kể gươm đao nước lửa mà theo dâm ác, không cần thể diện, tội phước hại đến chừng nào! Đức Văn-Đế chỉ dụ: "Muôn tội dữ, án tà dâm đứng đầu!" Lại dạy rằng: "Nếu có dâm ác thì hư trăm việc". Hai câu ấy thật hay lắm, quả lắm! Người đời thái quá tới loạn luân không cần lớn nhỏ cũng vì thói tà dâm! Không kể thân mạng, thể diện, danh giá, tiền của cũng vì tà dâm! Không rõ vì cớ nào thói tà dâm truyền nhiễm khắp thế gian như vậy! Song bọn ấy có kẻ mắc họa, có kẻ tuyệt tự, xuống âm ti còn bị ngục hình. Các người giữ lòng tự nhiên sạch, mới là đáng bậc anh hào. Chẳng nói làm chi đến bậc thượng sĩ là khó đặng, miễn các người chừa lỗi cũ, thì thờ thần cầu vái mới linh, khỏi thác yểu cho trọn danh con thảo, và dạy con cháu em út tập theo gương tốt của mình. Lời ngay phải chịu nghe, thuốc đắng phải lo uống. Các đệ tử khá nhớ đừng quên! Nếu mình ngay khỏi phạm thì biên lời ta khuyên đây mà dán trên vách cho em út con cháu coi, kẻ khác cũng thấy mà sửa nết.

Thương mạng vật thì sống lâu. Tiếc cơm gạo mà giàu được. Trọng giấy chữ thì làm quan. Dè lời nói thì đặng phước. Làm gương tốt cho cháu con. Đừng phạm tội nơi trời đất.

LỜI DẠY CỦA CỬU-THIÊN TƯ-MẠNG TÁO-QUÂN

Ta tuy coi sổ cái tại Cửu-Thiên, mỗi năm 24 tháng chạp tâu một kỳ. Song mỗi nhà đều có Táo-Quân thay mặt cho ta, mỗi tháng chạy tờ công quá mỗi người cho ta gài vào sổ chánh. Ta chẳng nỡ cho đời phạm tội vì lầm lỗi, nên dạy sau đây: cấm đốt giấy chữ trong bếp, vì sợ tro ấy nữa đổ nhằm chỗ dơ. Cấm ca, khóc, hoặc chửi rủa, mắng nhiếc trong bếp. Chẳng nên đâm hành tỏi trong bếp, hoặc bửa củi trước bếp. Cấm bỏ lông gà, xương thú, củi dư trong bếp, cấm ngồi chồm hổm ngay bếp, hoặc quét dộng vô bếp. Cữ ăn thịt trâu, thịt chó, thì trong nhà bình an. Nếu ai lõa lồ trong bếp thì phạt nặng. Nhất là cấm gõ gạc trên bếp, cạo dẫy chảo nồi trên bếp.

TÍCH ĐÔI LIỄN ÔNG QUAN-ĐẾ

Tại phủ Hàng châu, tỉnh Chiết Giang, có người tú tài Trương Đại Mỹ, ở phía tả núi Ngô San, thuật chuyện rằng: Hồi ta tắt hơi, hồn đến ngoài thành Phong-Đô vào lạy Quan Đế mà khóc. Quan-Đế hỏi: "Tới số thì thác, lạy khóc ích chi?" Ta bèn tâu: "Tôi cũng biết thác rồi không lẽ sống lại, song thương mẹ già không ai nuôi, nên đau lòng mà khóc". Quan-Đế nói: "Như vậy để ta tâu cho". Giây phút kêu ta mà nói: "Ta đã tâu rồi, Thượng-Đế khen ngươi có hiếu, cho sống thêm một kỷ (12 tuổi)." Liền cho ta uống một chén nước trà dạy rằng: "Chùa ta khắp trong thiên hạ treo liễn rất nhiều, song không vừa ý ta, nên ta đặt một đôi liễn như vầy đây, ngươi coi cho nhớ, về mà truyền thiên hạ". Ta coi thấy:

Số định tam phân, phò Diêm hán, tiểu Ngô phạt Nguy, tân khổ dị thường, vị liễu bình sanh sự nghiệp;

Chí tôn nhất thống, tá Hi triều, phục ma đảng khấu oai

linh phi chấn, chỉ hườn đương nhựt tinh trung.

Thích nôm:

Số trời định ba phân phò Diêm hán, đánh Ngô dẹp Nguỵ, cay đắng nếm đều, sự nghiệp bấy lâu chưa dứt.

Lòng ta thâu một mối, giúp Hi triều, trừ yêu dẹp loạn, oai linh dậy khắp, tình trung thuở ấy vừa xuôi.

Ta đọc thuộc rồi, lạy tạ ơn Quan-Đế cho hồn ta về nhập xác, sống lại biết đã liệm rồi. Ta liền kêu lớn, bảo giở nắp săng cho ta ra. Ra rồi thuật chuyện vân vân, té ra quên hết nửa câu liễn trước! Cặp con mắt lại không thấy đường! Giây phút nghe gõ cửa, mẹ ta chạy ra trước thấy người bận áo xanh, đưa phong thơ mà nói rằng: "Xin trao thơ này cho con bà xem". Mẹ ta nói: "Con tôi bệnh con mắt, coi thơ sao đặng?" Người áo xanh nói: "Ấy là toa thuốc, bà trao cho mau". Mẹ ta đem vào trao liền. Ta xé thơ ra xem thử coi thấy chăng? Té ra mắt sáng như xưa, coi rõ là nửa câu liễn trước! Kẻ xa người gần, đều lấy làm lạ! Hứa Triệu Đình ở Nhơn Hoà nghe ta đọc liền biên đôi liễn ấy, khắc treo tại chùa Ông núi Ngô-San, lại có khắc một tấm bảng thuật chuyện sự tình đôi liễn, mà treo trước cửa chùa, cho kẻ hiếu xem, kẻ bất hiếu biết chừa lỗi. Xin rán lưu truyền.

KINH NGỌC LỊCH của Thập-Điện-Vương dọn kiểu, Thượng-Đế có phê, cho truyền trung giới, cải ác tùng thiện.

Nguyên ngày ba mươi tháng bảy, Địa Tạng Vương Bồ Tát ăn vía sanh, bởi ngài làm chức U-Minh Giáo-Chủ cai trị mười vua thập điện. Nên bữa vía ngài, Thập-Vương với các vị thần đều đến chầu mừng. Địa-Tạng-Vương phán rằng: "Ta muốn siêu độ chúng sanh, nên mỗi năm ngày vía này, ta truyền ân xá các phạm tội nhẹ được đầu thai, tội nặng thì giảm bớt. Ngặt người đời làm lành có ít, làm dữ rất nhiều, ta thấy Thập-Vương các ngục hành hình thảm thiết! Vậy phải tra xét cho kỹ, những ai tại dương thế biết ăn năn chừa lỗi, có khuyên đời làm một hai điều lành, thì trừ bớt tội cho nó". Thập-Vương tâu: "Chúng tôi y luật hội nghị". Nếu ai làm lành từ nhỏ đến già thì đưa lên cõi thần tiên. Còn kẻ nào công quả bằng nhau, khỏi hành tội, đặng đầu thai kiếp khác như thường. Nếu công ít, quả nhiều thì hành tội tùy theo dư quá nhiều ít, rồi cho đầu thai kẻ khó hèn. Nếu biết chừa lỗi làm lành kiếp sau sẽ cho đầu thai hưởng phước. Nếu còn làm dữ nữa, sẽ bắt xuống hành hình, rồi cho đầu thai cùng khổ đáo để, sống chịu họa tai, đến thác sẽ giam vào địa ngục không đặng luân hồi nữa. Còn kẻ quá ít, công nhiều, trừ còn dư công, thì đặng đầu thai hưởng phước giàu sang trường thọ. Trừ ra tội bất trung là phản chủ, bất hiếu với ông bà cha mẹ, hoặc là liều mình (tự vận), hoặc sát sanh thái quá không tin luân hồi báo ứng. Cứ nói theo tục ngữ: "Người thác thì hồn phách tiêu tan hết, bỏ xác thúi rồi, còn hồn đâu mà bị hành tội nơi âm phủ. Thường thấy người sống bị tội, nào thấy ma chết mang gông, chết rồi thì thôi, còn biết sự gì nữa!".

Mấy lời ấy quê lắm! Tuy thác thời bỏ xác, chớ linh hồn còn hoài, sống làm dữ bao nhiêu thì thác bị hành tội bấy nhiêu. Mấy kẻ bày đặt nói trước, cho người không tin âm phủ, thì đã bị Vô-Gián địa ngục, không đặng đầu thai. Người đời tuy thấy kinh sách tam giáo giảng dạy, song không tin, rất uổng công tiên phật thánh thần dạy bảo. Trăm người không có một người tin mà cải ác tùng thiện, nên phải lập thêm địa ngục mà hành hình mới đủ. Nay Bồ-Tát thấy vậy mà thương, truyền chỉ chế giảm. Chúng tôi cũng vâng lời, cho các người dữ chịu hồi tâm, ngày vía Bồ-Tát với các ngày vía chúng tôi, ăn chay thệ nguyện thiệt tình ăn năn, cải ác tùng thiện, không dám làm dữ nữa, rán sức làm một điều lành chi đó, sau thác xuống hồn khỏi bị hành tội. Trừ ra tội tôi chẳng ngay, con chẳng thảo, hoặc giết mình, hoặc làm mưu mà gạt người lương thiện đến nỗi phải bị trời đánh, chết trôi, chết thiêu, cọp ăn, rắn cắn, thì hồn xuống âm phủ phải chịu hình phạt, song cũng chế giảm một bậc vì sự ăn năn chừa lỗi. Nay chúng tôi truyền các phán quan biên hết các sự tội phước, sống làm điều lành nào, mà được phước chi, làm điều dữ nào, thác bị hành ngục chi, ai ai nghe qua cũng hiểu, để dâng cho Bồ Tát xem. Đợi gặp ai có đức hồi dương, sẽ lưu truyền cho thiên hạ".

Khi ấy phán quan điện nào, biên theo điện nấy, thành ra bổn Ngọc Lịch, dâng cho Địa-Tạng-Vương xem, Ngài khen hay.

Qua mùng ba tháng tám, Người với Thập-Vương chư thần đồng dâng Ngọc-Lịch cho Thượng-Đế ngự duyệt. Thượng đế phán rằng: "Hay lắm! Từ nay chư thần rán xem xét, người đời nguyện chừa lỗi không phạm nữa, làm một sự phước thì cho trừ hai tội cũ, năm điều phước cho trừ hết tội xưa, lại đặng phép làm siêu độ cho thân quyến nữa, trai đặng đầu thai phú quí, gái đặng đầu thai làm trai. Thành-Hoàng Táo-Thần tuân chỉ".

VUA TẦN QUẢNG NGỰ ĐỀN THỨ NHẤT

Làm điều lành nào, được thưởng phước, kể ra sau đây:

1. Lượm giấy chữ nho, đốt trong trả, đổ tro xuống sông, thì được con thảo cháu hiền. Nếu đốt trong bếp thì có tội.

2. Đốt các thơ truyện hoa nguyệt, cho khỏi hư phong tục, hoặc làm lành làm phước, đều hưởng phước và sống lâu.

Làm điều dữ chi, phạt tội gì, kể ra sau đây:

1. Liều mạng giết mình, cho người mắc họa phạt làm ngạ quỉ (ma đói).

2. Các sãi ăn của thập phương mà tụng kinh thiếu, hoặc chịu của người công đức mà tụng kinh thiếu, đều phải tụng bổ

lại.

Tân-Quảng-Vương cầm sổ sống thác, trị việc âm phủ. Đền ở tại dưới biển lớn, chánh hướng tây theo đường Hắc đạo suối vàng. Phàm người lành mãn phần, thì cho người tiếp dẫn lên thiên đường, hoặc về tây phương. Còn ai công quả bằng nhau, thì qua cửa thứ mười cho đầu thai hoặc gái làm trai, hoặc trai làm gái, mắc nợ nần thì trả quả cho nhau. Nếu công ít quả nhiều, thì dẫn ra phía hữu cái đền, lên đài Nghiệt-Cảnh mà soi. Đài cao 11 thước mộc, treo kiếng lớn mười ôm, day mặt qua hướng Đông, trên đề bảy chữ rằng: "Nghiệt-Cảnh đài tiền vô hảo nhân". Các hồn soi thấy bình sanh việc chi, đều ứng đủ lớp lang như hát bóng, nên chối không được. Tới đó mới hay rằng: "Muôn lượng vàng ròng đem chẳng đặng, cả đời bản có tội theo mình". Soi kiếng làm án rồi, sai quỉ giải hồn qua cửa thứ nhì, cầm ngục hành tội. Người không kể cha mẹ sanh thân vì sự tức mà tự vận thắt họng, trầm mình, uống thuốc độc, hoặc kiếm cớ chi mà liều mình, không đợi tới số đòi hồn mà chết về nghiệp giết mình (trừ ra vì trung hiếu tiết nghĩa), hoặc giận lẫy, hoặc bị phạm tội sợ hành, tội chẳng đến chết, hoặc muốn liều mạng mà hại người mắc họa: làm như chơi mà ra chết thiệt cho người mắc họa: các hồn chết về nghiệp ấy, Táo Quân với chư thần, bắt hồn giải đến cửa đền này, giam vào ngục ngạ quỉ, gặp ngày tuất ngày hợi, thì phải làm cách liều mình ấy, cầm 70 ngày, hoặc một hai năm, rồi dẫn hồn về ở chỗ liều mình, gia quyến có cúng thì được ăn, hoặc có làm phước lành hồi hướng thì đặng lãnh. Nếu biết lỗi không hiện hình nhát người, hoặc không bắt ai mà thế, đợi mấy người trên dương gian bị làm nhân mạng đặng khỏi họa, thì chư thần giải hồn ấy đến đây, sẽ giải qua cửa thứ nhì tra công quả, nếu trừ rồi dư quá bao nhiêu thì hành tội và giải qua cửa khác hành nữa. Còn khi sống mà lòng mong liều mạng đặng hại người, hoặc hăm làm nhân mạng cho ai, tuy liều mình mà chưa chết, cũng ghi lòng tội hành hình, tuy có làm lành cũng trừ tội ấy không đặng. Lúc hồn còn ở chỗ liều mình, mà hiện hình làm ma nhát cho chúng sợ mà chết, thì sai quỉ mặt xanh nanh vút bắt hồn xuống hành tội cho đến kiếp, rồi cầm ngục mãi không cho đầu thai.

Còn các thầy chùa, thầy pháp, thầy tu, người ta mướn tụng kinh mà tụng thiếu sót, chừng hồn xuống đây phải ở sở bổ kinh, chỗ ấy có đủ thứ kinh, cho đèn lưu ly mờ mờ, mà tụng cho đủ các chỗ thiếu hồi đó. Dầu thầy chân tu cho mấy cũng phải bổ cho đủ vì ăn tiền người. Nếu kẻ tu tại gia tụng cho mình, có sái chữ đọc thiếu cũng không chấp, trọng tại có lòng thì đặng phước khỏi tụng bổ.

Ngày vía vua Nhất-Điện là ngày mồng 1 tháng 2, nếu ngày ấy ai ăn chay, đặt bàn trở về mặt hướng bắc, nguyện không làm các điều dữ, đọc trải qua bài này một bận, hoặc in Ngọc Lịch mà cho thiên hạ, cải ác tùng thiện, đến mãn phần trăm sai Thanh-Y đồng tử rước hồn đem về Tây phương.

VUA SỞ GIANG NGỰ TẠI ĐIỆN THỨ NHÌ

Các điều lành đặng phước, kể ra sau này:

1. Bố thí cơm cháo, được hưởng phước giàu có.

2. Thí thuốc cứu người, đời đời giàu sang.

Các điều dữ bị hành tội, kể ra sau này:

1. Ban đêm tính việc quấy, phạt vào ngục Hắc-Vân-Sa cho mây đen đè mình, vùng không đặng.

2. Các viên quan ăn hối lộ, đánh ép kẻ ngay, bắt chịu án oan, phạt giam hoài trong tù xa, ló cổ ra mà chịu.

3. Dỗ dành con nít làm quấy, bị cầm ao giá lạnh.

Sở-Giang-Vương ở dưới đáy biển nam, địa ngục rộng năm

trăm dặm do tuần, gồm 16 cái ngục nhỏ, kể ra đây:

1. Ngục Hắc-Vân-Sa
2. Ngục Phẩn-Thỉ-Nê, phẩn
3. Ngục Ngũ-Xa, đâm
4. Ngục Cơ-Ngạ, đói
5. Ngục Tiêu-Khát, khát nước
6. Ngục Nung-Huyết, máu
7. Ngục Nhất-Đồng-Phủ, một chảo đồng
8. Ngục Đa-Đồng-Phủ, nhiều chảo đồng
9. Ngục Thiết-Đối, cối xay sắt
10. Ngục Bân-Lương, đong lường
11. Ngục Kê-Trác, gà mổ
12. Ngục Khôi-Hà, ao tro
13. Ngục Chước-Triệt, chặt khúc
14. Ngục Kiếm-Diệp, gươm lá
15. Ngục Hồ-Lang, cáo, chó sói
16. Ngục Hàn-Băng-Trì, ao giá

Nếu phạm tội dụ dỗ trẻ nhỏ, cạo đầu vô chùa làm sãi, làm cô vải; hoặc còn nhỏ tự ý cạo đầu vô chùa đi tu bỏ cha mẹ, mang tội bất hiếu; hoặc ai gửi thư (kinh sách) hoặc đồ đạc, cố ý nói làm mất mà làm của mình hoặc làm hại tai mắt chân tay người; không biết coi mạch làm thuốc bướng hại người mà lấy tiền: hoặc nhà giàu bất nhân mua mọi gái, sau người chuộc lại mà không cho: hay là làm mai ham ăn của mướn giấu tuổi, tráo tuổi, rõ biết gái trai có tật bệnh, gian giảo, mà nói gạt người sau chúng nó bị tức tối: các tội kể trên đó, tùy theo nặng nhẹ, giam vào 16 ngục hành cho đáng kiếp, rồi giải qua cửa thứ ba hành nữa.

Nếu ai giảng Ngọc-Lịch, hoặc in cho thiên hạ, hoặc thấy kẻ bệnh nghèo mà cứu giúp, hoặc bố thí cơm cháo gạo tiền, hoặc biết ăn năn chừa lỗi, thì cho trừ tội trước khỏi tính, được qua cửa thứ mười đi đầu thai làm người.

Nếu cữ sát sanh, cấm con cháu không giết trùng dế và đến mùng 1 tháng 3 là ngày vía trẩm ăn chay nguyện phóng sanh, sau khỏi bị đọa địa ngục được qua cửa thứ mười đầu thai hưởng phước.

Xưa nay lượm giấy chữ thì sống lâu, ai cũng rõ biết. Nếu đạp giấy chữ, chẳng hề hưởng giàu sang phước thọ bao giờ. Như việc buôn bán đồ thiệt tốt giá vừa phải thì nhiều người mua, lựa phải dán lời rao, vậy cho chúng tin miếng giấy áp tới mua nhiều sao? Huống chi dán nơi vách tường, mặt chợ mới, coi tử tế, lâu gió mưa rớt xuống bùn lấm ướt nhẹp, kẻ muốn lượm cũng không thể lượm được. Cho đến chỗ dơ, thấy đầy những cán dù, cán viết, miểng sành, giầy guốc, đều cũng có chữ trong đó, kẻ trọng chữ nghĩa, cũng không thể lượm cho hết. Nên ta khuyên đời phải xét cho kỹ, mà khuyên nhau rằng: "Giàu nghèo có phần số mạng, không phải tham mà đặng nhiều. Muốn đặng phước thì trước đừng làm tội. Nếu làm tội như vậy sao đặng nên giàu có? Nếu tin lời ta, thì đừng dán lời rao chữ nho. Các món vật dụng đừng viết chữ nho in chữ nho vào đó. Tự nhiên không cầu lợi mà lợi nhiều, chẳng cầu phước mà phước đến, là vì trọng chữ nho, không đụng đâu để đó.

VUA TỐNG-ĐẾ NGỰ ĐIỆN CỬA THỨ BA

Làm lành được phước:

Làm cầu, sửa cho thiên hạ đi, thần thường phò hộ.

Làm dữ phạt tội:

1. Giết người mà cướp của, bị cọp nhai

2. Đoạt thư của người không đem tới, bị bắn.

3. Làm mưu giết chồng, hại chồng bị phân thây xẻ thịt.

4. Đốt nhà hoặc săn bắn bị bào lạc.

Tống-Đế-Vương, đền tại đáy biển Đông Nam. Địa ngục rộng năm trăm dặm do tuần, chia ra 16 ngục nhỏ, kể ra sau này:

1. Ngục hàm lỗ, nước mặn.

2. Ngục mà huờn dà nụ, gông xiềng.

3. Ngục xuyên lặt, đục sườn.

4. Ngục đồng thiết, quát hiểm, nạo mắt.

5. Ngục quát chỉ, nạo mỡ.

6. Ngục kiềm sài tâm cang, móc tim gan.

7. Ngục khối nhãn, móc mắt.

8. Ngục sản bì, lột da, căng da.

9. Ngục nguyệt túc, cưa cẳng.

10. Ngục bạt thủ cước giáp, rút móng.

11. Ngục hấp huyết, hút huyết.

12. Ngục đảo điêu, treo ngược.

13. Ngục phân ngung, sả vai.

14. Ngục thơ hoa, ăn giòi tửa.

15. Ngục kích tất, đập đầu gối.

16. Ngục ba lâm, mổ trái tim.

Làm quan không biết ơn vua, không đạo tôi: dân không lo sưu thuế cho nhà nước; vợ phụ bạc chồng, lộn chồng, bỏ chồng, trốn chồng, hỗn với chồng, hồi nhỏ cha mẹ đã chịu cho người nuôi làm con, lớn bỏ cha mẹ nuôi mà cãi họ lại, đầy tớ phản chủ, thư ký quân lính ở bạc với người làm đầu (quan thầy của mình): kẻ làm công ăn gian chủ tiệm; tù vượt ngục, bị đày mà trốn, hại người bảo lãnh và quan cai trị trong sở, hoặc làm cho người thân bị khổ; không biết ăn năn chừa lỗi, trừ công còn dư quá thì hành; cứ theo địa lý để quàn lâu, hoặc cữ không cho

làm mả, hoặc bày cải táng đào mả lấy cốt tồi tàn, hoặc không
đắp mả ông bà cha mẹ để loạn lạc (xiêu mồ lạc mả); dụ người
làm phạm luật; xúi chúng kiện cáo làm thư rơi giấu tên, hoặc
dán lời kiêu ngạo mà giấu tên, hoặc dán lời nói xấu tiết cho
con gái, phá đám hôn nhân (cưới hỏi) mà giấu tên; hoặc viết
thơ hồi, tờ để: làm giấy tờ giả mạo; đòi tiền bán chịu rồi mà
chẳng ghi sổ, hoặc trả nợ rồi mà không cho giấy, không xé
giấy; tập ký tên giả, khắc con dấu giả; sửa số bạc tiền trong
giấy tờ, đều làm hại người, các tội kể ra đó, tra ra nặng nhẹ, sai
quỉ Đại-Lực giam vào khám lớn, tùy theo tội, dẫn vào các
ngục nhỏ hành cho đủ số rồi giải qua cửa thứ tư mà hành theo
các ngục khác.

Nếu ai nhớ ngày vía trẫm là mồng 8 tháng 2 hay ăn chay
nguyện vái không phạm các tội kể trên đó nữa lo việc làm lành
mà trừ, sau thác xuống khỏi bị các địa ngục này.

Thầy Ngươn Hiền thiền sư đặt bài khuyên đừng ủ con gái.
Mạng người là trọng, nên phép nước nghiêm trị việc án mạng
(nhân mạng). Nếu làm mưu làm hại oan, dẫu trốn khỏi tội
dương gian trời cũng hại mau lắm. Bởi cái mưu giết người là
lòng độc ác, mang tội nghịch thiên là trái lòng ưa sống của
Trời. Kíp chầy cũng trả chẳng tha. Người đời làm cho toại chí
một hồi, sau ăn năn không kịp. Nay nhiều kẻ phạm tội dương
gian âm phủ, nhất là tội ủ con gái! hoặc ủ con chửa hoang!
Tuy việc ấy là kẻ ngu hay làm, song quen thói rồi, nhiều nơi
bắt chước. Bởi cớ ấy trời bớt số giảm kỷ, hoặc phạt cùng mạt
tuyệt tự (không con trai). Nói chi đầu thai kiếp khác thường
mạng là luật chung. Nghĩ thử nó đầu thai làm con, mà đền ơn
cho mình, nỡ nào mà giết con cho đành đoạn? Huống chi kẻ
vô hậu, cần có chút gái còn khó thay, như vậy đủ biết phước
nhiều thì có trai, phước ít mới có gái, còn vô phước thì không
có con chi hết. Mình phải răn lòng sát hại làm phước mà cầu

trời cho sanh trai, vì muốn kế tự, thì phải tu nhân tích đức. Độc ác con gái chửa hoang, sanh ra thì quyết giết! Sao không biết xét, rất đỗi vô hậu còn nuôi con nuôi thay! Huống chi máu thịt của mình trong bụng sanh ra, cũng lập thế mà nuôi như kẻ nuôi quá phòng vậy, thì khỏi mắc oan nghiệp. Nếu không chừa lỗi độc, thì bị tuyệt tự, trông chi sanh đặng con trai. Người quân tử có nhân, rán khuyên đời mà cứu nhiều mạng, thì âm đức lớn lắm.

VUA NGŨ-QUAN NGỰ CỬA ĐỀN THỨ TƯ

Làm lành hưởng phước:
Thí quan tài và đồ liệm, thì nhà có Thần phù hộ.

(Phong-Sắc xin thích nghĩa khoảng này: bởi kinh Ngọc Lịch tàu có in hình, khoảng này có vẽ cái trại thí hòm, có chất hòm, nhiều người đến khiêng những hòm thí. Các sãi dốt không biết, bổn đạo thấy vẽ hình như thế, thì hỏi hòm gì nhiều vậy? Sãi dốt nói bướng rằng: "Ai chết rồi hồn phải đem cái hòm của mình mà nạp cho vua Tứ điện. Nên chôn hòm nhẹ, dễ nạp, nếu hòm lớn khổ cho vong hồn đẩy không nổi! Bó bảy tấm vạc nhẹ nhàng dễ vác!" Ôi, bổn đạo quê cũng nghe theo lời ấy, mà trối với con cháu, sợ chôn hòm lớn! Lưu truyền lời phi lý tới nay! Vì sãi dốt bày nói sàm một chút, để hại kẻ dốt muôn đời! Sao không biết xét cho kỹ vua thứ tư thâu hòm ấy mà làm chi? Mấy muôn triệu hòm chỗ đâu mà để? Vả lại hồn ma mà chuyển vận đồ hữu hình sao đặng, gọi đẩy hòm nạp quách là nghĩa gì? Nếu cực khổ như vầy sau còn gọi kẻ thí hòm được phước có thần lành phù hộ? Như vậy một lời nói bậy, tổn đức biết chừng nào? Làm cho kẻ dốt nghe lầm, chôn cất tức tưởi không ấm cúng! Muốn cho kẻ dốt khỏi lầm, nên tôi phải giải cho rành, may người dốt tỉnh lại. Nếu nạp hòm hết, sao lại lấy cốt còn hòm???)

Làm các điều dữ mắc những tội, kể ra sau đây:

1. Gịa già gịa non, đong nhẹ đong nặng, lòn thăng tráo đấu gian lận, hoặc bán lúa tưới nước, đều bị cối đạp giã, cho chó ăn.

2. Cân lận, bị móc lưng treo hoài. Đo lận cũng phạt vậy.

3. Không kính người lớn tuổi, già cả, lường gạt giựt của người, vay mượn chẳng trả, du thủ du thực hoang đàng, không giữ bổn phận, háo sắc tà dâm, lấy vợ người, ngoại tình huê nguyệt, ngã mặn và tội ăn vụng, say rượu, bài bạc, trùm đĩ nhà chứa điếm, rủa chửi, trù ếm, du đãng, chọc ghẹo phá hại người hiền, đổ đồ dơ uế xuống sông, phơi quần áo dơ giọi bóng tam quan là mặt nhật, nguyệt, yến sao, hoặc dơ uế mà lên chỗ thờ phượng hoặc vào chỗ bếp núc: Các tội kể trên đó đều xô xuống Tát trì là (huyết ô trì) ao huyết dơ mà lặn hụp, tùy theo tội nhiều ít, phạt ở lâu mau.

(Ấy là chánh kinh Ngọc-Lịch như vậy, kẻ sau muốn răn phụ nữ, bày ra kinh huyết hồn, mà cấm sự nhơ uế nơi tam quan, hoặc giặt dưới sông, hoặc vào trong bếp mà dạy đàn bà con gái. Kẻ dốt nữa thích nghĩa rằng: con gái đàn bà có đường kinh, hoặc chửa đẻ, đều bị xuống huyết ô trì hết thảy, nên có kẻ quê tụng kinh huyết hồn cầu mẹ khỏi tội! Lưu truyền lâu đời, đàn ông ít học cũng tụng nữa! Sao không thông lý, tại trời sanh phụ nữ phải có sự ấy, mà còn bị tội là nghĩa gì? Thầy chùa xưa có học, thông hiểu chỗ đó, bày đặt thơ Hứa-Sử nói nhờ Hứa-Sử xin vua Tứ-Điện tha tội ấy. Nói vậy trời đất còn lầm sao? Thua Hứa-Sử sao?)

Ngũ-Quan-Vương ở dưới đáy biển đông, nội cõi ấy rộng năm trăm dặm do tuần một dặm do tuần tròn giáp vòng 240 dặm, bề ngang mặt băng gian, là ngang giữa trung tâm 80 dặm. Còn mỗi dặm là 360 bộ, bộ là bước đôi, mỗi chân một bước, nên một bộ là 5 thước mộc, như vậy 1 dặm là 1800 thước mộc. Còn một dặm do tuần bề ngang xuyên tâm đo 80 dặm là 144.080 thước mộc. Như vậy 580 dặm do tuần giáp vòng đo ra 72.000.000 thước mộc bề ngang mặt xuyên tâm 24.000.000 thước mộc. Lập 16 ngục nhỏ:

1. Ngục Tát trì là huyết ô trì.
2. Ngục Vụ liêng trước tim, xiềng, với tâm để xăm.
3. Ngục Phi thanh kiên thủ, xối nước sôi
4. Ngục Chưởng trướng lưu dịch, vả mặt sưng.
5. Ngục Đoạn cân tích cốt, chặt gân xương
6. Ngục Yến kiên sát bì, khứa vai lột da.
7. Ngục Đoan phu, khoan da thịt
8. Ngục Tồn phong núi chim trĩ mổ
9. Ngục Thiết y, bận áo sắt
10. Ngục Mộng thạch thổ ngoa yểm, cây, đá dần.
11. Ngục Lục nhãn, khoét mắt.
12. Ngục Phi khôi tắc khẩu, tro vô lấp miệng.
13. Ngục Quán dược,đổ thuốc độc.
14. Ngục Du đậu hượt diệt, trợt nhớt té,
15. Ngục Thích chỉ, xâm miệng.
16. Ngục Tốt thạch mai thân, chôn đá vụn.

Những tội trốn xâu lậu thuế; nói ngược lúa ruộng, nói ngược nợ, cân ăn gian; bán thuốc giả; bán gạo mắc nước; làm bạc giả; ăn gian ăn bớt bạc vàng; bán hàng lụa nhiễu; bán vải mỏng mà hồ gọi dày; đi đường không nhường tránh kẻ tật nguyền, hoặc người già, trẻ nhỏ nhít; lập mưu thần mà đoạt nghề kẻ buôn gánh bán bưng, cho mất sở làm ăn kẻ cùng khổ mà thủ lợi; lãnh thư không đưa cho sớm, để trễ hư việc người; ăn cắp cạy gạch lề lộ, hoặc rót trộm đầu đèn ngoài đường; nghèo không giữ bổn phận, sanh ra gian giảo, giàu bất nhân không thương kẻ nghèo, hứa cho mượn cho vay, đến kỳ không cho, hại hư việc người; thấy người nghèo bệnh, trong nhà có thuốc hay mà không cho: giấu phương thuốc hay, sắc ra bán thuốc nước không cho thấy xác, không chịu truyền cho ai; quăng miếng sành miếng chai, gai chông ra đường đi; thả súc vật ỉa dơ đường sá; để bụi gai góc sầm uất cho hư vách rào của người; trù rủa ếm đối, hăm dọa chúng; các tội ấy đều tùy nặng nhẹ hành tội các ngục, giải qua Ngũ-Điện.

Ngày vía trằm 18 tháng 2, nếu ai ăn năn ngày ấy ăn chay thề nguyền không dám phạm các tội ấy nữa, lo làm lành tu bỉ sau khỏi hành các ngục này, nếu thêm việc nhân quả kể sau Ngọc Lịch để cho người coi mà cải ác tùng thiện, người ăn năn chừa lỗi khỏi tội thì có công có phước.

Nếu thấy ai bị tai nạn ngặt nghèo, mình có thể cứu mà làm hiểm bỏ qua, hoặc quên ơn bạc nghĩa hoặc cố án quyết hại cho đặng, đều là lòng độc ác: tuy tụng kinh làm lành bố thí thác rồi khỏi hành các ngục mà thôi, chớ không đặng đầu thai hưởng phước phạt làm quỉ mị yêu tinh, như hồ ly mãng xà, mấy năm, tùy theo lòng độc nhẹ nặng. Nếu biết lỗi không dám sanh sự hại đời, thì thâu hồn về cho đầu thai phú quý. Như hiện hình nhát chúng khuấy đời, đáng tội thì bị thiên lôi đánh hóa ra con tích, thì hết đầu thai lâu tiêu hồn mất.

Phàm các quân binh đánh giặc, kể từ ngày đi đánh, hết lòng hết sức vì nước, không hãm hiếp ai, không đốt nhà dân giã; đầu tử trận hồn xuống điện này, dẫu có các tội xưa cũng bỏ qua hết, vì đặng chữ trung lương mà trừ, giải đến cửa thứ mười, cho đầu thai hưởng phước. Nếu đánh lộn sanh tử mà chết, hoặc theo kẻ làm phản đều bị tội gia bội, hành hình theo các lỗi bấy lâu.

VUA DIÊM-LA NGỰ ĐIỆN THỨ NĂM

Làm các điều lành được phước:

1. Nhiều năm bố thí dân nghèo, con cháu nối đời giàu có.

2. Thí lúa gạo, cơm cháo, con cháu thi đậu làm quan lớn.

Làm các điều dữ mắc hành tội:

1. Tội bất hiếu với ông bà cha mẹ, bị chém ngang lưng đứt hai.

2. Đổ cơm cháo đồ ăn, bỏ cơm cháy, đạp cơm cháo, đổ hủy lúa gạo, đều mang gông, cho ăn cơm thiu hóa giòi tửa.

3. Mỗi người có tội, cho lên đài vọng hương, ngó về xứ sở nhà cửa, thương nhớ mà về không đặng, khóc than thảm thiết.

Vua Diêm-La phán rằng: "Khi trước trẫm ở Nhất điện, bởi thương kẻ thác oan, hay thả hồn về sống lại để kêu oan. Thượng Đế đổi trẫm về Ngũ điện tại đáy biển Đông bắc, cai trị 16 cửa ngục tru tâm làm mổ trái tim. Phàm các phạm hồn giải đến đây, thì đã bị hành các ngục mấy điện kia lâu ngày, đầu tội nhẹ khỏi hành, song cứ giải bảy ngày mới tới một cửa điện tới đây cũng đã 35 ngày rồi, thây thúi hết, không thể nào sống lại đặng. Nhiều phạm hồn muốn sống lại, kiếm thế tâu rằng: "Tôi làm chưa rồi lời vái hoặc cất chùa làm cầu đắp lộ, khai kinh đào giếng thí chưa rồi, hoặc đặt lời khuyến thiện chưa đủ, hoặc lời nguyện phóng sanh chưa đủ số, hoặc nuôi ông bà cha mẹ chưa rồi, sắm sửa hàn rương chưa đủ, hoặc trả ơn chưa đặng xin cho sống lại thề làm duyên làm phước." Trẫm than rằng: Xưa người làm dữ quỉ thần hay, nay thuyền đã ra khơi xảm muộn quá! Bởi vậy Địa-Tạng-Vương ban ơn truyền chỉ, khuyên các cửa điện chung làm Ngọc-Lịch cho đời tu mà chuộc tội. Thập-Vương làm rồi, dâng cho Địa-Tạng-Vương ngự xem, xem đủ liền đem Thập-Vương với chư thần lên Thiên-đình dâng Ngọc-Lịch xin sắc chỉ của Thượng-Đế, nhờ ơn Thượng-

Đế ngự duyệt bằng lòng ban chỉ cho truyền đời tu chuộc tội. Từ Phong Đô Đại-Đế với Thập Vương lãnh Ngọc Lịch có chiếu chỉ Thượng-Đế phê đến nay đã lâu năm, mà chưa gặp người nào có đức hạnh xuống âm phủ, mà trao cuốn Ngọc-Lịch đặng lưu truyền cho đời, chớ hồn mà hồi dương đem kinh có hình về sao đặng? Nếu truyền đặng cho đời biết ăn năn chừa lỗi, thì dưới âm phủ sẽ ít hồn tù tội, tại dương gian ít kẻ thán oán. Như vậy đủ biết trên đời không kể tu luyện cho đặng nhục thân (xác phàm) xuống âm phủ. (Trừ ra thân ngoại hữu thân thì đi mới đặng).

Từ đó đến nay các hồn soi Nghiệt-Cảnh đều là người dữ mới giải lần đến cửa này, đừng kiếm cớ chữa mình nhiều chuyện. Quỉ đầu trâu mặt ngựa dẫn chúng nó lên đài Vọng hương cho mau. Cái đài Vọng hương nhiều cửa vòng nguyệt, hình đài ấy như cái cung lên thẳng dây, giáp vòng 81 dặm, bề dài về hướng bắc, ngay như dây cung, còn đông, tây, nam, ba hướng trước với hai bên đều vòng tròn như cái cung, cao 490 thước, gươm giáo dựng làm chông xung quanh mặt thành, 63 tầng rộng rãi. Kẻ hiền lành không lên đài ấy.

Kẻ tầm thường công quá bằng nhau, cũng khỏi lên, được đầu thai. Trừ ra phạm tội nhiều, trừ hết công, còn dư quá, mới cho lên đó. Nghĩa vọng hương là ngó mong về thấy nhà cửa quê hương mình,cho thấy cho nghe đặng biết việc ra thể nào. Các hồn ngó thấy những là người nhà không y theo lời mình trối, cãi các lời dạy, hoặc chuyên vận hết của mình, hoặc chồng cưới vợ khác, vợ lấy chồng khác, hoặc con cháu kiện chia gia sản ruộng đất, sổ sách giấy tờ bấy lâu, bây giờ xé hết. Giấy tờ thiếu nợ họ đòi không đúng. Còn kẻ thiếu mình mượn mình, không giấy, hoặc người nhà kiếm không đặng giấy thì bị chúng nói ngược hết, cãi lẩy với nhau, đều đổ thừa trả rồi cho mình (người chết)! Bà con hồn giận rầy rà, con cái giấu đút, bằng hữu nói tước. Có kẻ nghĩ tình khóc một tiếng, rồi cười bằng hai! Lại còn mấy kẻ tội dữ, thấy con trai bị tù tội, vợ bệnh hoạn, con gái bị chúng hãm hiếp, hoặc sự nghiệp tiêu điều, hoặc cháy nhà, hoặc hết của! Các hồn thấy việc như vậy tức tối khóc nhào! Quỉ sứ dẫn xuống, giam vào khám lớn, tra coi phạm tội gì thì dẫn vào 16 ngục tru tâm mà mổ ruột. Mỗi cái ngục đều trồng một cái trụ, rắn bằng đồng làm lòi tói, chó hình bằng sắt làm ghế đôn. Trói hết tay chân vào trụ, rồi lấy dao nhỏ mổ bụng kéo tim, xẻ lần cắt bỏ cho rắn ăn. Rồi rút ruột cắt bỏ cho chó ăn, hành đủ ngày giờ mãn tội rồi, huờn hình như thường, giải qua Lục điện. Mười sáu ngục kể ra:

1. Ngục mổ tim không tin báo ứng.
2. Ngục mổ tim sát sanh hại mạng.
3. Ngục mổ tim bỏ phải mà làm quấy.
4. Ngục mổ tim làm dữ tập phép trường sanh.
5. Ngục mổ tim khi lành muốn người mau chết.
6. Ngục mổ tim toan mưu vu vạ (họa).
7. Ngục mổ tim trai gian dâm, gái ngoại tình.
8. Ngục mổ tim tốn của người lợi cho mình.
9. Ngục mổ tim gắt gao không kể ai chết.
10. Ngục mổ tim trộm cắp nói ngược.
11. Ngục mổ tim quên ơn báo thù quá.
12. Ngục mổ tim độc ác xui hại người.
13. Ngục mổ tim lường gạt dỗ dành.
14. Ngục mổ tim háo thắng, ham đánh lộn.
15. Ngục mổ tim ganh hiền ghét ngõ.
16. Ngục mổ tim ngu mê không tỉnh kiêu ngạo.

Những tội không tin thiên-đường địa ngục luân hồi, quả báo; ngăn trở kẻ làm sự lành; mượn tiếng đi chùa dòm hành sự lỗi của người mà nói: đốt hủy kinh sách; ăn mặn mà tụng kinh niệm phật; thấy người ăn chay tụng kinh niệm chú mà chê: chê

bai tiên phật; kẻ hay chữ coi kinh sách mà không giảng cho kẻ
dốt phụ nữ nghe; cuốc phá mả hoang, làm cho loạn lạc; vô cớ
đốt rừng, để người nhà lơ đễnh làm cháy nhà, hại lây cả xóm;
hay bắn cầm thú; vật kẻ yếu bệnh; quăng liệng phá người;
đăng dò bắt cá; chày lưới các cuộc bắt cá; gát chim. (Lấy mủ
cây làm cho dính giò bẫy, các đồ lễ bắt chim, hoặc đổ thuốc
độc dưới đất); những mèo chết, rắn độc chết không chôn cho
sâu, hại người đào nhằm móc nhằm trúng độc khí bệnh chết;
trời lạnh run mà bắt dân đào đất đầm nước đặng làm vách đắp
lò bếp mới; lấy thế cất dinh quan, lấn ranh chiếm đoạt ruộng
đất dân, lấp giếng bí ngọn rạch (thuộc về ỷ thế); các tội kể trên
đó, những kẻ phạm tội ấy, cho lên Vọng hương coi rồi, giam
vào khám lớn, tùy theo tội mà mổ tim, mới giải qua Lục điện
tra tội khác. Nếu cơn còn sống không phạm các tội ấy, hoặc đã
phạm lỡ, ngày vía trầm là ngày mùng 8 tháng giêng, mà ăn
chay thề nguyền không tái phạm các tội ấy nữa, sau trầm tha
hỏi hành, lại tư tờ qua Lục điện giải tội nữa. Trừ ra tội sát nhân,
hoặc theo tà thuật, xưng đặng trường sanh; hoặc hãm hiếp phụ
nữ; hoặc đàn bà tham dâm ghen độc, hoặc vu oan cho hư danh
tiết người; hoặc trộm cướp nói ngược; hoặc quên ơn bạc ngãi,
báo oán quá lẽ; nhất là nghe kinh khuyên giảng mà không ăn
năn chừa lỗi! Các tội ấy chẳng hề châm chế.

Còn người đời, gọi tài thần giữ của cho người, tưởng vậy là
sái lắm! Ấy là mấy người chôn tiền bạc của cải hoặc các quan
chôn của báu, đến thác phần hồn còn mê mà tiếc của, sợ chúng
đào, nên hồn ma ở đó giữ mãi, ai tới thì hiện hồn ma mà nhát.
Thần thánh nghĩ nó vô tội, nên bỏ qua cho ma giữ của. Chừng
nào nghe câu kinh phật dạy: "Cái thân cũng không phải của
mình, ngũ uẩn (năm mối) là tham, sân, si, ái dục, đều không".
Hồn ma giữ của mới tỉnh lại rằng: "Cái thân là xác còn bỏ,
không phải của mình mà dùng được, huống chi là của tiền".

Mới chịu bỏ của mà xin đầu thai kiếp khác. Còn mấy kẻ vô phước lại gần chỗ đó bị ma nhát mà hết hồn sanh bệnh. Như thế gian ai nghe chỗ nào có ma quỉ hiện hình hay nhát, biết là chỗ ma giữ của, thì van vái thề nguyền, xin đào đặng của ấy thì chia ra như vầy: 10 phần xuất ra ba phần mà làm siêu độ tụng kinh cho hồn ấy đầu thai hưởng phước, ba phần nữa phóng sanh cho vong ấy, một phần bố thí cho bần nhân thì hết 7 phần rồi, còn ba phần thì mình hưởng. Vái nguyện như vậy rồi đào, thì có thánh thần làm chứng, lấy làm như vậy không hệ gì.

VUA BIỆN-THÀNH NGỰ CỬA ĐỀN THỨ SÁU

Làm lành được phước:

Cất chùa, tu bổ am tự con cháu thi đậu làm quan.

Làm các điều dữ mắc tội:

1. Vựa lúa đợi giá cao, nhà nghèo mua ít không bán; quá phòng người nuôi làm con, lớn bỏ cha mẹ nuôi, mà theo họ cũ; hoặc cạo vàng trong mình phật cốt mà bán, cũng như bán phật; các tội ấy đều bị đóng đinh căng lút vô bàn chông đứng.

2. Ăn cắp kinh sách, hoặc mua mà xé, bị treo mà lột da.

3. Kêu trời van đất, không cung kính thánh thần, bị cưa ngược.

4. Ăn trộm, ăn cắp, bị quì trên chông sắt luôn luôn.

Biện-Thành-Vương, đền tại đáy biển chánh bắc, khám lớn gọi là Đại-Kiếu-Hoán, địa ngục rộng 500 dặm do tuần, 16 ngục nhỏ:

1. Ngục thường quị thiết sa, quì chông.

2. Ngục thỉ nê tẩm thân, hầm phẩn.

3. Ngục mạ tồi lưu huyết, xay bột.

4. Ngục kiềm chỉ hàm châm, ngậm kim.

5. Ngục cát hận thử giảo, thiến dái cho chuột ăn.

6. Ngục cực võng hoàn toàn, đỉa cắn trong lá gan.

7. Ngục ngối đão nhục tương quết nem.

8. Ngục liệt bì khí lôi, nghiến rách da.

9. Ngục hàm hỏa bế hầu, ngậm lửa.

10. Ngục tang hỏa bại hông, thổi lửa đốt (lửa giàu).

11. Ngục phẫn tự, rạch phẫn.

12. Ngục ngưu điêu mả táo, trâu báng ngựa đạp.

13. Ngục phỉ khiếu, khoan lỗ (xoi).

14. Ngục trát đầu thoát xác, bửa sọ.

15. Ngục yêu trảm, xắt ngang lưng.

16. Ngục bác bì, tuyên thảo, lột da, đóng chông đứng.

Phàm giận trời trách đất, ghét gió sấm lạnh nực nắng mưa; day mặt về hướng bắc mà tiểu tiêu, hỉ mũi, khạc phun, khoét, cạo vàng hình phật, móc tiền dẫn tâm ông Tiêu; kêu tên tộc tiên phật thánh thần; không kính giấy chữ kinh sách; để đồ dơ uế gần chùa đình, bàn thờ; hương đăng trà quả, đồ cúng không tinh khiết; dơ dáy trong bếp, không cữ thịt trâu, thịt chó, học sách tà dâm (thể chiến), tà đạo, để sách ấy trong nhà mà không đốt, sách ếm hại người cũng vậy, bôi xé kinh sách; đồ khí dụng, vẽ hình Thái-cực (mặt trăng lộn âm dương), hoặc vẽ nhật nguyệt sao bắc đẩu, hoặc hai hình hòa hiệp (nguyệt hiệp lão nhân), hoặc hình Tây-Vương-Mẫu (Diêu Trì), hình Phước Lộc Thọ, hoặc hình Bát-Tiên, mà làm nhãn gói đồ, hoặc thêu chữ (Vạn) vô hàng giẻ, vải cờ, giường, ghế, bàn tơ và đồ khí dụng, hoặc dùng làm chữ hiệu, phạm thượng bận quần áo có hình rồng phụng, vựa lúa chờ giá cao không bán ít cho nhà nghèo: các tội kể trên đó, đều giam vào khám Đại Kiếu-Hoán. Tra tội nào đáng hành 16 ngục nhỏ, đủ ngày giải qua Thất điện, tra tội khác hành nữa.

Nếu ai ở dương thế, ăn chay ngày mồng 8, tháng 3 là vía

trầm, thề nguyền tự hậu không dám phạm tội nói trên đó, và 14 rằm tháng 5, mồng 3 tháng 8, mồng 10 tháng 10, trong bốn ngày ấy ăn chay, cấm phòng, (vợ chồng không ăn nằm với nhau) cũng như các ngày vía lớn vậy, lo cầu khẩn ăn năn chừa lỗi thường năm giữ được năm ngày ấy như vậy, sau khỏi hành các ngục này.

Thế tục lưu truyền nói: "Thập bát tằng địa ngục". Dưới âm phủ có 18 địa ngục, ấy là nói sái, chánh là: "Nhập bát tằng địa ngục". Kể tám ngục lớn ra sau đây: Nhị điện có khám lớn gọi là Đẳng-Hượt đại địa ngục; Tam điện có Hắc-Thằng đại địa ngục; Tứ điện có Chúng-Hiệp đại địa ngục; Ngũ điện có Kiếu-Hoán đại địa ngục; tại Lục điện đây có Đại Kiếu-Hoán đại địa ngục; Thất điện có Nhiệt-Não đại địa ngục; Bát điện có Đại-Nhiệt-Não đại địa ngục; Cửu điện A-Tỳ đại địa ngục. Cộng tám cái khám lớn, mỗi khám lớn đều có 16 địa ngục nhỏ để hành tội và Huyết ô trì, Uổng tử thành, cộng vừa lớn vừa nhỏ 138 địa ngục; lại còn bào lạc rằng khác. Phàm các phạm bị hành rồi, tuy cháy da nát thịt, đứt gân, dập xương, không còn lông tóc, chừng giải qua điện khác huờn hình lại như khi mới chết mà hành hình nữa, rồi giải qua cửa khác cũng như vậy. Trẫm thích nghĩa cho rành, kẻo tưởng có 18 địa ngục. Nhất là tội đặt bài ca huê nguyệt, tuồng truyện tà dâm, hoặc vẽ hình tục tĩu, hoặc làm thuốc phá thai, hoặc thuốc mê, hay là khắc bản in ra, hoặc sao tả lưu truyền các bài các hình ấy, nếu bản ấy còn, bổn còn không tuyệt đồ đó, thì người bày đặt còn bị hành tội hoài, dẫu muôn ngàn đời cũng không khỏi hình phạt nơi địa ngục vì bày tà dâm dục lòng người cho hư phong hóa.

VUA THÁI-SAN NGỰ CỬA ĐIỆN THỨ BẢY

Làm lành hưởng phước:

Phàm con có hiếu, hết lòng phụng dưỡng cha mẹ, kính yêu mười phần. Khi nuôi đau càng hầu hạ thức thối cần mẫn hơn nữa, đến nỗi cha mẹ bệnh liệt, ăn không được có khi đặt bàn cầu trời, mình lóc chút thịt cánh tay, mà nấu ra nước cho cha mẹ uống cầm hơi. Ấy là lời nói thí dụ tỏ lòng thương hết sức chạy lo như vậy. Có hiếu thì động lòng Trời.

Làm các điều dữ mắc tội:

1. Ăn trộm đồ trong hòm, hoặc bày thuốc phá thai bị quăng lên núi lửa.

2. Sang đoạt, hoặc dỗ dành gạt chúng, bị ngục trảm thủ (chặt tay).

3. Lấy xương người mà làm thuốc, bị nấu đầu.

Đền Thái-San-Vương tại đáy biển tây bắc, khám Nhiệt-Não đại địa ngục giáp vòng 500 dặm do tuần, có 16 ngục nhỏ.

1. Ngục chày nục tự thôn, đánh sặc máu bắt nuốt!

2. Ngục thềm thối hỏa bức khanh, hầm lửa.

3. Ngục liệt hung, bửa ngục.

4. Ngục nha xa ngoạn phát, cột tóc trên nạng.

5. Ngục khuyển giảo kinh cốt, chó cắn cẳng.

6. Ngục đảnh thạch tồn thân đội đá.

7. Ngục lả đảnh khai ngạch, đập óc xả trán.

8. Ngục úc thống khốc cầu đôn, chó cắn.

9. Ngục lê bì trư tha (trư đà), lột da, heo cắn mà trì.

10. Ngục đoạn hảo thượng hạ trác giảo, trên chim lắc nước mổ, dưới heo rừng xé.

11. Ngục điếu đạp túc, treo cẳng.

12. Ngục bạt thiệt xuyên tai, kéo lưỡi xỏ má.

13. Ngục sưu trường, rút ruột.

14. Ngục loa đạp hoa trước, la đạp, heo rừng cắn.

15. Ngục lạc thủ chỉ, đốt ngón tay.

16. Ngục du phủ cổn phanh, nấu đầu.

Nếu ai có uống hồng diên (kinh nguyệt lần vỏ da, thứ nhất) tử hà xa nhau (nhau); hoặc uống rượu phí dụng thái quá; mua đồ trong hòm người chết; hoặc lấy xương cốt người mà làm thuốc; phân rẽ vợ chồng, thân thích người; gả dâu làm thiếp hoặc đợ; để cho vợ trấn nước con gái; hoặc chửa hoang để ra liền ủ; bài bạc đánh môn đánh cặp chia tiền của, hoặc gian lận; thầy không cần dạy để đệ tử hư; không cần tội nặng nhẹ, cứ chửi tôi đánh tớ tới bị thương tích; hà hiếp xóm giềng; không kính người lớn hơn mình, dạy phải chẳng vâng lời; khua môi uốn lưỡi, xúi rầy rà đánh lộn; các tội ấy nặng nhẹ hành hình đủ 16 ngục. Hành đủ rồi, giải qua Bát điện tra tội khác nữa.

Trong đời thiếu chi vị thuốc, nỡ nào giết vật sống mà làm thuốc, trị bệnh thiệt ở bất nhân. Còn như uống hồng diên, nhau rún đồ dơ trong mình đàn bà, như ăn thịt người, thì cái miệng cũng như một thứ uế trược kia dẫu có làm lành tụng kinh niệm chú đã không linh, mà càng thêm tội, nên án ấy không dung. Nếu ai nghe lời khuyên này, mau mau chừa lỗi, nguyện cữ sát sanh, lại phóng sanh được một trăm vạn mạng mỗi ban mai súc miệng niệm phật cho nhiều, đến khi mãn phần, Phật sai Tịnh-Nghiệt sứ giả đem đèn soi cho tiêu hơi uế mới đặng.

Nếu ai lấy xương cốt kẻ chết thiêu, hoặc thây con nít chết mà làm thuốc, hoặc lấy sọ người bán mà làm vị thuốc, có kẻ ác kiếm xương người tới cả gánh, chắc thì làm đồ khí dụng, mục thì tán ra bột pha đồ. Hầm các vật dụng thì đâu có công gì, trừ

cũng không đặng, thà hành tội ấy, công nọ để trừ tội khác, dư
sẽ cho hưởng kiếp sau. Còn bây giờ hành các ngục rồi, nhốt
giải qua vua thứ mười đặng cắt tay khoét mắt, chặt tay chân,
hớt môi miệng mũi, đầu thai làm kẻ tật nguyền, thậm chí hai tật
mà trừ tội ấy. Nếu ai còn sống biết tội, phải thề nguyền ăn năn,
không dám phạm nữa, hoặc phải thí hòm mà đi liệm thí nhiều
xác, sau chết đeo đính bài, trên đính bài ông Táo có chấm một
điểm mực làm dấu, xuống đây mới khỏi hành hình.

Có năm thất mùa đói lắm, tới nỗi kẻ sống đói quá ăn thịt
thây ma. Nếu ai ngất ngư hấp hối còn chút hơi thở mà nỡ lòng
cắt thịt nấu ăn, hoặc làm nhân bánh bao, bánh in mà bán cho
người ăn, ở lòng độc như vậy bị hành xây vần 16 cửa ngục này
đủ 49 ngày, thì cho Thập điện ghi vào sổ, rồi chạy tờ cho Nhất
điện đem tên vào bộ nữa, cho đầu thai lên làm súc vật chết đói,
cho thấy đồ đổ trước mắt mà nuốt không vô, phải chịu đói tới
chết. Tội này không phước nào trừ được, cũng không đặng
đầu thai làm người mà trả quả. Còn kẻ ăn lầm, biết rồi mà còn
ăn nữa, phạt đầu thai làm súc vật sưng họng đói lắm mà ăn
không đặng, nhịn cho tới chết. Nếu biết lầm mà không ăn nữa,
thì chế cho bố thí năm đói mà trừ (như thí lúa gạo tiền bạc cơm
cháo hoặc nước gừng, nước trà), được như vậy đã tiêu hết tội
trước, lại trả phước nhãn tiền và kiếp sau.

Ba điều trên ấy là quan văn, quan võ với các phán quan
điện này hội nghị hai điều, còn địa ngục thứ tư (chúa ngục)
nghị một điều, là ba điều, trầm cũng cho viết theo sau, dâng
Thượng-Đế, nhờ ân chỉ phê cho và thăng thưởng các viên hội
nghị.

Lại truyền chỉ dụ: "Thế gian làm điều dữ, chư thần đã nghị
tội hình phạt rồi. Hởi còn việc quân lính, việc công vụ, lễ nghi
chế riêng điều lệ nhỏ, các khoản ấy đều y theo luật của nước
nào chế, thì trị theo luật nước nấy. Nếu chúng nó chối mà đổ

tội cho kẻ khác, tức thì phải tra minh mà trị tội y luật. Các cửa âm ty y chỉ dụ".

27 tháng 3 nhằm ngày vía trẫm, ai ăn chay day mặt lạy về phía bắc, thề nguyền ăn năn chừa lỗi, làm lành in cuốn Ngọc-Lịch cho đời coi mà cải ác, sau khỏi hành các ngục này".

VUA BÌNH-ĐẲNG NGỰ CỬA ĐIỆN THỨ TÁM

Làm lành hưởng phước:

Kẻ giàu có trai tăng bố thí cho thầy tu, được phước lộc.

Làm các điều dữ mắc tội:

1. Bất hiếu, cha mẹ sống không nuôi, cha mẹ thác không chôn, hoặc hồi cha mẹ còn sống làm cho cha mẹ ưu phiền bất bình, hoặc làm điều phạm phép, cho cha mẹ kinh hãi, đều bị xe cán.

2. Ở quấy với người ơn của mình, hoặc chắp cây chiết chi, đem nhánh này chắp qua gốc cây kia, đều bị xắt ngang lưng.

3. Nói tục tĩu về việc phụ nữ, bị kéo lưỡi mà cắt.

4. Khi người nghèo, a dua bợ giàu sang bị mổ bụng móc tim.

Ngục này có thành Uổng tử để giam hồn tự tận (giết mình).

Bình-Đẳng-Vương đền tại đáy biển chánh tây, khám lớn là Đại-Nhiệt-Não đại địa ngục, rộng 500 dặm do tuần, có 16 ngục nhỏ:

1. Ngục xa băng, xe cán.

2. Ngục mộng hoa, chảo đậy ngột.

3. Ngục tối quả, lóc thịt tận xương.

4. Ngục lao khổng, bóp mũi, bóp họng.

5. Ngục tiển thiệp, hớt chót lưỡi.

6. Ngục thường thinh, nhà tiêu.

7. Ngục đoạn chi, chặt tay chân.

8. Ngục tiền tạng, nấu đồ lòng.

9. Ngục chích tủy, nướng mỡ xương.

10. Ngục bát trường, móc ruột.

11. Ngục phần tiêu, đốt trái thận.

12. Ngục khai đường, mổ ức.

13. Ngục hoạch hung, sả ngực.

14. Ngục phá đảnh náo xỉ, bửa đầu xeo răng.

15. Ngục phê cát, bằm xắt.

16. Ngục cang xa, chĩa sắt đâm.

Những con bất hiếu, cha mẹ còn không nuôi, cha mẹ thác không chôn, hoặc làm cho cha mẹ hay là cha mẹ chồng hết hồn, giật mình, phiền hờn, rầu buồn, nếu không ăn năn chừa lỗi, ông Táo ghi vào sổ tội thứ nhất tâu Thiên-Tào cho bớt lộc bớt tuổi, cho tà quỉ làm điên khùng, thác rồi còn bị hành hình các ngục khác, giải đến cửa này ngưu đầu mã diện xách giò quăng vô khám lớn, rồi dẫn lại các ngục nhỏ hành hình cho đến kiếp, mới giải qua cửa thứ mười cho đầu thai làm súc vật. Nếu ai thấy Ngọc-Lịch mà tin, mỗi năm vía trầm là ngày mồng 1 tháng 4, ăn chay thề nguyền chừa tội lỗi, sớm tối nguyện với ông Táo, xin ăn năn chừa lỗi, đến mãn phần ông Táo đề chữ Tuân trên trán, hoặc chữ Thuận, chữ Cải đầu hồn xuống từ Nhất điện đến Thất điện có tội chi khác đều giảm phân nửa và khỏi phải giải qua điện này, đi luôn qua Cửu điện tra có đốt nhà, hoặc tính mưu thầm hay không. Rồi giải qua Thập điện cho đầu thai làm người tử tế.

Thượng-Đế có chỉ dụ: "Nếu ai ăn năn chừa lỗi, in Ngọc lịch cho thiên hạ coi mà hồi tâm, thì sau thác xuống đi luôn từ Nhất điện thẳng tới Bát điện khỏi hành các ngục. Tới Cửu điện tra tội phước nếu không tội thì giao qua Thập điện cho đầu thai nhà giàu sang mà hưởng phước lâu dài".

Còn Huyết-Ô-Trì phía sau điện, mé bên tả. Sãi vãi tại thế gian giảng sái rằng: "Đàn bà sanh đẻ có tội, sau bị sa Huyết-Ô-Trì". Ấy là nói sai lắm! Sự đó tại trời sanh còn làm tội là nghĩa gì, đầu đàn bà đẻ mà thác, cũng không tội nhơ uế chi hết. Tội là vầy: Đẻ chưa đầy tháng mà xách nước, lội sông, vô bếp, giặt quần áo dơ, phơi hứng tam quan, các tội ấy về chủ nhà (người lớn trong nhà) chịu ba phần còn bảy phần đích thân nàng ấy chịu. Ao huyết ô để phạt gái trai dâm dục sau bàn phật, trước chỗ thờ thần, hoặc không cữ giao hiệp bốn ngày kỵ nhật thần trong mỗi năm, là **14, rằm tháng 5, mồng 3 tháng 8, mồng 10 tháng 10**, nội bốn ngày đêm ấy, mà ăn nằm thì tại dương thế đã mang bệnh, hoặc chết rắp, hồn xuống đây còn bị lặn lội dưới ao ấy lâu ngày. Hoặc sát sanh vấy máu trong bếp, hoặc bàn thờ, hoặc vấy máu vô kinh sách, hoặc đồ đựng cúng tế, cũng bị sa Huyết-Ô-Trì. Trừ ra có người thân nguyện cữ sát sanh lại phóng sanh cho vong hồn, lạy phật tụng kinh cầu mới khỏi.

VUA ĐÔ-THỊ NGỰ CỬA ĐIỆN THỨ CHÍN

Làm các điều lành được hưởng phước:

1. Mùa đông thí nước gừng, mùa hè thí trà nước, có phước.

2. Đưa đò thí, con cháu thi đỗ hiển vinh.

Làm các điều dữ mắc tội:

1. Đi gửi tiền làm chùa sửa chùa sơn thếp phật, mà ăn gian, hoặc rủ người đậu tiền khắc bản kinh, hoặc in kinh, ăn gian, hoặc bán nhà mà thủ lợi, đều bị quăng trên núi đao.

2. Bắt ếch, nhái, lươn, cá, thuốc cá, bắt chim, ăn thịt trâu chó ngựa, hay sát sanh bắt rùa rắn, vô cớ mà hại vật, đều bị quạ xé thây ăn gan tim, rắn đục tai, miệng mũi.

3. Phân vợ rẽ chồng người, nói đâm thọc cho ruột thịt xa

nhau. Vẽ hình tục tĩu, làm thuốc tráng cho tà dâm. Hoặc đặt đồ huê tình hoa nguyệt cho sanh thói dâm. Hoặc đập chó. Các tội ấy đều bị chó vật chết, xé thây ăn thịt tim phổi.

Đô-Thị-Vương đến tại đáy biển Tây nam, khám lớn là A-Tỳ đại địa ngục, rộng 8 trăm dặm do tuần, đều bao lưới sắt, lập riêng 16 địa ngục nhỏ:

1. Ngục xao cốt chước thân, đập xương đốt mình.

2. Ngục sưu cân lôi cốt, rút gân nghiền xương.

3. Ngục nha thực tâm can, quạ ăn tim gan.

4. Ngục cẩu thực trường phế, chó ăn ruột phổi.

5. Ngục thân tiện nhiệt du, mình tưới đầu sôi.

6. Ngục não cô bạt thiệt, bạt xỉ, nổ đầu, kéo lưỡi, nhổ răng.

7. Ngục thủ não vị điền, con nhím khoét sọ ăn óc.

8. Ngục chưng đầu, quái não, nấu đầu, nạo óc.

9. Ngục dương súc thành hải, dê cụng bấu.

10. Ngục một hiệp đảnh, ta nổ nát sọ.

11. Ngục mạ tâm, móc tim mà xay.

12. Ngục phi thang tâm thân, trấn nước sôi.

13. Ngục huỳnh phong, ong vò vẽ.

14. Ngục nghị chú ngao thầm, kiến đục tóp (thắng mỡ ra tóp cho kiến ăn).

15. Ngục yết câu, bồ cạp chích.

16. Ngục tử xích độc xà toàn khổng, rắn đỏ độc chun cửu khiếu.

Phàm vua thế gian chế luật hình phạt, như tội nặng lắm xử lăng trì (chém rồi xả tư), xử trảm (chém), xử giảo (thắt họng), hồn xuống chịu các ngục trước hành rồi, giải đến điện này, hoặc kẻ đốt nhà, nuôi sâu ngải, thuốc độc, phá thai, hút hơi rún cho bổ, hút tinh trai, hoặc vẽ hình tục tĩu, đặt thơ truyện ca huê nguyệt (thơ ân tình) hay là bài thuốc mê, thuốc phá thai. Ai có phạm đều thấy Ngọc-Lịch thì ăn năn, thề chừa lỗi, không dám phạm nữa, nếu dâm thơ thì xé não, in rồi thì hủy bản, đốt sách, không truyền phương thuốc tà vạy nữa (thuốc tráng) thì sau xuống đây tha hành các ngục, giao qua Thập điện cho đầu thai làm người. Nếu nghe Ngọc-Lịch mà còn làm các tội ấy, thì sau hành từ Nhị điện cho tới đây, trước hành bạo lực (xiềng tay chân vô ống cột đồng đốt đỏ, đẩy lên cháy thành than), huờn hồn lại giam vào ngục A tỳ mà hành theo 16 ngục nhỏ, rồi huờn hồn nữa, đâm gươm vô họng thấu tim phổi, giam hoài đợi các nhà bị hại trên thế gian khá lại, kẻ chết đầu thai hết, hoặc não bổn dâm thơ hết lưu truyền nữa, hoặc phương thuốc độc hết truyền, hoặc kiểu hình tục tĩu tuyệt hết, thì hồn phạm mới khỏi giam đặng đi đầu thai.

Nếu ai phạm các tội ấy, đến ngày vía trẫm là mồng 8 tháng 4, ăn chay, day mặt về hướng bắc, vái nguyện chừa lỗi, mua thâu dâm thơ mà đốt, hoặc in Ngọc-Lịch cho người, hết sức khuyên đời cải ác tùng thiện, đến mãn phần, ông Táo đề hai chữ "Phụng hành" trên trán, thì từ Nhị điện đến đây, tra công mà trừ các tội khác. (Nếu kẻ giàu sang có quyền thế cho bắt kẻ hung hoang hay đốt nhà chúng, hoặc cấm dâm thơ, hủy bản đốt sách dán yết thị cấm các việc hại đời ấy, thì cho con cháu nối đời thi đỗ làm quan. Nếu kẻ nghèo, dốt, phụ in Ngọc-Lịch khuyên đời sau đầu thai hưởng phước).

Vua Phong-Đô Đại-Đế phán rằng: "Tại Bát điện có thành uổng tử, ở phía hữu điện này (vì 2 đền gần nhau). Thế tục nói sái rằng: "Ai bị thác oan thì hồn bị cầm thành Uổng tử". Đời nghe lưu truyền lâu, cũng tin là thiệt! Sao không xét cho đủ lý, người đã thác oan, cầm ngục nghĩa là gì? Cho đi thong thả chớ không cấm cố, song nán đợi kẻ giết mình xuống Âm phủ, hành tội trước mặt hồn oan trước cho hết tức, rồi mới cho đi đầu thai. Còn thành này để giam những kẻ vô cớ giận lẫy mà giết mình, trầm mình thắt họng, uống thuốc độc v..v.., giam đỡ đây đợi hành tội chưa đặng đầu thai chớ không phải các hồn bị người giết uống tử. Nếu kẻ liều mình vì sự trung hiếu tiết nghĩa, hoặc quân lính vì nước mà tử trận, các bậc ấy kẻ đáng thành thần thì hiển thánh, kẻ còn tội lỗi, không đặng thành thần, thì đã cho nguyên hình mà đi đầu thai, có đâu giam cầm thành này mà chịu bó buộc thảm khổ hay sao?

VUA CHUYỂN-LUÂN NGỰ CỬA ĐIỆN THỨ MƯỜI

Làm các điều lành được phước:

1. Nhà giàu sang thí kinh lành, hoặc thí Ngọc-Lịch phước lớn.

2. Tụng kinh, tụng Cảm-Ứng tu hành niệm phật, giàu sang sống lâu.

Làm các điều dữ mắc tội:

1. Hãm hiếp, dụ trẻ thơ mà ăn của, đều bị xay ra bột.

2. Không kỉnh giấy chữ, rủ ăn trâu, chó, phạt làm hành khất.

3. Không kính người lớn, dạy khuyên điều phải mà chẳng vâng lời, hoặc thầy không bảo học trò trọng giấy chữ, đều bị đá đè.

4. Không phải cúng ông bà, nuôi cha mẹ mà sát sanh. Hoặc mưu kế lường gạt ăn gian. Bày kiện thưa báo đời. Hoặc nghề võ đánh độc cho người chết. Các tội ấy đi ngang cầu Nại Hà bị té xuống sông cho rắn, mãng xà, cua đinh ăn thịt.

Chuyển-Luân-Vương đền tại đáy biển đông, ngay rún trái đất, có làm cầu bằng vàng, cầu bằng bạc, cầu ngọc, cầu bằng đá, cầu cây (cầu ván) và cầu Nại Hà, cộng sáu cái cầu. Các điện giải hồn đến, xét tội phước cho đầu thai các phương thế gian, định giàu sang hèn khó, sống lâu thác yểu, đều ghi sổ rõ ràng mỗi tháng chạy tờ về Nhất điện ghi sổ rồi nạp cho vua

Phong-Đô Đại-Đế.

Luật Âm phủ, phàm tứ sanh là loài đẻ con, loài đẻ trứng, loài dưới nước, loài biến hóa lộn kiếp, những loài không chân cẳng, hoặc hai giò, 4 chân, nhiều cẳng, các vật ấy chết rồi hóa ra con tích (mà chết một kiếp nữa) xoay vần như cối xay, hoặc số một năm nửa năm, hoặc sớm mai sanh chiều chết, đổi dời biến hóa mạt kiếp, không định số, là loài phải bị giết cho hết kiếp, cho đầu thai các nơi mà trả quả. Mãn năm cũng phải trình sổ ấy cho vua Phong-Đô Đại-Đế xem.

Phàm kẻ học nho có đọc kinh Diệc, các sãi, mấy thầy tu có tụng kinh niệm chú, mà phạm tội nhiều quá, tuy bắt hồn đến các điện, cũng chưa hành đặng, phải giải đến đền trầm vẽ hình và biên tên vào sổ Đọa lạc danh sách. Rồi giao cho Mạnh bà ở đài Ứ vong, đổ thuốc mê, cho đầu thai chết trong bụng, hoặc sanh ra một đôi ngày mà chết hoặc hơn trăm ngày mà chết, hoặc một hai năm rồi chết, đặng cho quên hết kinh chú, rồi Nhất điện bắt hồn tra tội mà hành.

Nếu ai công quả bằng nhau, hoặc dư quá chút đỉnh, thì định cho đầu thai làm trai, làm gái, xấu tốt, khoẻ cực, giàu nghèo, đều giao Mạnh-Bà cho uống nước mê (lú) rồi mới đầu thai.

Trầm hằng kêu tên mà cho đầu thai làm người, nhiều kẻ phụ nữ khóc lạy rằng: "Còn thù lớn chưa trả đặng, nên không muốn đầu thai, thà chịu làm ma đói (ngạ quỉ), trầm hỏi rõ, thì chúng nó kể ra: hoặc con gái đồng trinh hoặc còn tiết phụ, bị các trò tốt trai háo sắc, hoặc tham của các nàng ấy, lập kế dỗ dành, làm mặt nhân nghĩa, nói tiếng ân hậu, mà tư tình cho được; kẻ nói dối chưa vợ, thề sẽ cậy mai đến cưới, hoặc gạt tớ gái, hứa sẽ lập làm thiếp mà lấy chơi phá trinh rồi bỏ, hoặc hứa nuôi mẹ già trọn đời, hoặc hứa nuôi con ghẻ. Các phụ nữ vì tin mà mắc, té ra hết của, thất tiết, mà chẳng đặng chồng! Sau lại bán rao cho cha mẹ anh chị hành hạ, xóm giềng đàm tiếu, tức mình hổ thẹn mà liều mình, hoặc tức tối thất tình phát bệnh mà chết! Nay nghe đứa phụ tình đi thi khoa này chắc đậu, nên xin ở lại đợi tới khoa mà báo oán đòi mạng, ngặt nó chưa tới số, hoặc phước đức tổ phụ nó còn nhiều, xin cho lên phá nó hồn mê, thi chẳng đậu, hoặc cáo với Văn-Xương Đế-Quân phạt nó phải rớt (mới ra sự đổi tên có đứa khác đậu thế) đợi tới số sẽ xin lên vật hồn báo oán, các vụ ấy trẫm tra rõ oan ức, thì cho tờ nó tới Nhất điện cáo. Nếu ai ăn chay ngày vía trẫm là 17 tháng 4, thề nguyền tin Ngọc-Lịch mà ở, và đem bài này mà giảng cho các trò nghe mà đặng giữ mình, thì người giảng ấy trọn đời khỏi thủy tai hỏa hoạn, khỏi việc qua quan hình phạt.

Còn sở luân hồi rộng bảy trăm dặm do tuần, trên dưới xung quanh đều có rào sắt và bao lưới phép, chia ra 81 chỗ, mỗi chỗ đều có nhà mát, các phán quan thơ lại, để bàn ghế biên chép. Ngoài rào sắt có 108.000 đường dương trường (nhỏ như ruột con dế) quanh co đi thông lên các nước. Chia ra sáu ngã (lục đạo) luân hồi, loài người có hai: 1. giàu sang, 2. khó hèn, trong ngoài đều sáng. Còn bốn ngã tứ sanh là: Thai sanh, loài đẻ con (thú bốn cẳng); Noãn sanh, loài đẻ trứng có hai cánh; Thấp sanh, loài ở dưới nước, như cá, tôm cua ốc, rùa, trạnh, lươn, chạch, ếch nhái v.v...; Hóa sanh là loài tằm hóa nhộng, sâu lộn bướm, sùng hóa bồ xè, đuông hóa kiến dương, quăng hóa muỗi, kiến mốc mọc cánh, v.v... Bốn loài ấy đường ở trong tối đen như sơn, ngó ra ngoài sáng như thủy tinh, như hai ngã loài người vậy. Các phán quan thơ lại kêu tên nhìn mặt rõ ràng cho luân hồi sáu ngã, một mảy không sai. Các phán quan thơ lại, đều là người hiếu đễ, cữ sát sanh, phóng sanh, tu hành, nên phong chức thần, mà coi sở luân hồi ấy. Coi năm năm công bình không sai thì đặng lên chức, nếu trễ nải, hoặc lộng quyền, hoặc để tội trốn, thì bị giáng chức, nhỏ thì bị đày.

Phàm kẻ bất hiếu, hoặc sát sanh nhiều quá, bị các ngục hành rồi, giải đến đây, sai quỉ sứ lấy nhánh đào đập chết, hóa ra con tích, cho đội lốt tứ sanh đi đầu thai trả quả.

Phàm cầm, thú, cá, loài trùng (tứ sanh), đầu thai muôn ngàn kiếp đã mãn tội, thì loài hóa sanh được làm thấp sanh, thấp sanh trở lại noãn sanh, noãn sanh trở lại thai sanh, ba đời mà không giết hại mạng vật, thì được đầu thai làm người. Tại đây cũng làm sổ, gửi qua Nhất điện phê, rồi cho uống thuốc mê nơi Mạnh-Bà, rồi đầu thai lên thế gian các nước.

LỜI VÃNG SANH CỦA PHẬT

(Trẫm đem vào đây cho đời tỉnh lại.)

Trên đời hay sát sanh, nên bị đao binh hại:

Báo oán giết một thân, thiếu tiền thiêu tới trại.

Mình đào hang ổ kia, nó phá vợ con lại.

Oan trái trả xây vần, lóng tai nghe Phật giải:

Thịt mua lừa khúc béo, cá, chắc lựa con tươi.

Y phục kén phần nhất, ruộng vườn trọn vẹn mười.

Phóng sanh thì tiếc của, lãng phí chẳng nhường người.

Đến thác tay không nắm, một mình tội mấy mươi!

MẠNH-BÀ NƯƠNG-NƯƠNG COI ĐÀI Ứ-VONG

Thần Mạnh-Bà sanh đời tiền Hán, hồi nhỏ học sách nho, lớn tụng kinh phật. Không nhớ sự đã qua, chẳng mơ việc sẽ đến. Cứ lo khuyên người cữ sát sanh và ăn chay như mình. Không chồng tới 81 tuổi, tóc bạc mà mặt còn tơ. Bởi họ Mạnh nên kêu là Mạnh Bà (bà họ Mạnh). Sau bà lên núi tu tới thành. Qua đời hậu Hán nhiều người biết kiếp trước, nhớ mạy đi nhìn bà con xưa, lại trí hóa nhiều, nói lậu sự Âm phủ. Bởi cớ ấy, Thượng-Đế phong Mạnh Bà lên chức Ứ-Vong Nương-Nương, là bà thần cho uống nước mê (tục kêu cháo lú), ở đài Ứ vong nơi âm phủ, trước đền Thập điện: đài ấy mới lập rộng lắm, cấp thơ lại quỉ sứ cho bà sai. Lấy vị thuốc của thế tục, chế ra như rượu, có đủ mùi ngọt đắng cay chua mặn, cho các hồn sẽ đầu thai đều uống, cho lú quên các việc kiếp trước, lại cho mỗi hồn có vài ba phần tật, như nhớ cười lo giận sợ, nhểu nước miếng, đổ mồ hôi, sổ mũi, khóc, khạc nhổ. Người lương thiện, cho thêm thông minh, tỏ tai sáng mắt, mạnh khỏe; kẻ làm dữ cho tới tinh thần, trở ra bệnh yếu phạt lần, làm cho người biết cải ác tùng thiện.

Đài Ứ-Vong ở trước đền Thập điện, ngoài sáu cái cầu, cao lớn như nhà khách trong chùa (phương trượng) xung quanh 108 căn, phía đông có đường rộng một thước bốn tấc. Trong các căn đều để bình chén mà đãi các hồn uống nước rồi đi đầu thai. Miễn có uống bao nhiêu cũng đặng. Hồn nào nghịch mạng không uống, quỉ sứ trói giò lại, thọc ống đồng vô miệng mà đổ nhiều nước mê, ực rồi mới mở trói đỡ ra ngoài đường, xô lên cầu tre nổi, dưới sông nước suối chảy đỏ lòm, ngó thấy bên mé có gành đỏ núi gie mé sông để bốn hàng chữ phấn trắng, nét lớn lắm, bốn hàng chữ như vậy:

Vì nhơn dung dị tác nhơn nan,
Tài yếu vi nhơn khũng cánh nan!
Dục sanh phước địa vô nan xứ:
Khẩu dữ tâm đồng, khước bất nan.

Thích nôm:

Xưa dễ làm người, nay khó bì,
Mong làm người nữa khó nhiều khi,
Muốn sanh phú quí không chi lạ:
Lòng miệng như nhau chẳng khó gì.

Các hồn coi rồi, hoặc đọc rồi, có hai con quỉ cao lớn ở mé biển nhảy ra tới mặt nước: một quỉ đội mão đen, bận áo gấm, tay cầm giấy viết, vai mang gươm trường lưng đeo còng xiềng, trợn cặp mắt tròn vo cười ngất, ấy là quỉ Hượt-Vô-Thường; còn quỉ kia mặt dơ chảy máu, mình bận áo cổ giữa trắng, tay xách bàn toán, vai vác túi gạo đeo đính bài trước ngực, châu mày nhăn mặt thở ra than dài, ấy là quỉ Sanh-Hữu-Phận. Hai quỉ xô các hồn nhào xuống khe nước đỏ mà đầu thai. Kẻ có tội nhiều mừng đặng đầu thai làm người. Kẻ có công chưa đủ siêu thăng, thì tức và khóc rằng: "Tu chưa đúng bậc nên phải luân hồi cõi trần nữa!" Các hồn như say như mê, nhập vào xác con nít trong bụng, hai chân đạp cái nhau, chui ra khỏi mình mẹ. Lâu ngày tham mùi ngon, không thương mạng vật, xa cách tánh lành, phụ ơn trời phật rộng thương, chẳng lo thác hiền chết dữ, thân sau thể nào, thì cũng làm hồn ma mang thây nữa!

Bài nầy là thơ lại ở đài Ứ-Vong, viết rõ dâng Thượng-Đế xin cho để sau Ngọc-Lịch cho đời hiểu (Nhậm tấu).

Vì Thập vương làm não rồi, giao cho các phán quan chép lại vẽ hình kỹ càng, có đề họ tên thuật tích, dâng cho Địa-Tạng Vương xem lại ngày 30 tháng bảy. Qua mồng ba tháng tám Địa-Tạng với Phong-Đô Thập-Điện chư thần đồng dâng cho Thượng Đế phê chuẩn rồi, song chưa có ai xác phàm xuống Âm phủ mà trao Ngọc-Lịch đem về truyền lại thế gian.

Qua cuối đời Tống Nhân Tôn (nước Liêu niên hiệu vua Thái Bình) nhằm năm Canh ngũ, ngày mùng chín tháng chín (trùng cửu trùng dương), Đạm Si đạo nhơn (Kinh Ngô là thầy tu nước Liêu, Hồ tăng) ở gần núi, ngày trùng cửu, lên đỉnh núi dạo chơi, xảy thấy một tấm bia đá, chạm 32 chữ cổ tự như vầy:

Vô vi đại đạo, thiên tri nhơn tình.
Vô vi yển minh, quỉ kiến nhơn hình.
Tâm ngôn ý ngữ, quỉ văn nhơn thinh.

Phạm cấm mãn dinh, địa thâu nhơn hồn.

Thích nôm:

Đạo cả thinh không trời biết lòng,
U minh thần quỉ thấy người ròng.
Nói thầm, suy nghĩ, thần nghe hiểu.
Tội nặng thâu hồn, đất bắt vong.

Xảy thấy phía trong thắp đèn vàng, trước cửa điện có treo tấm biển 4 chữ: "Xuất sanh nhập tử" (nghĩa là: đầu thai thì đi ra, thác rồi hồn trở về đó). Đạm Si đang coi, xảy thấy đồng tử áo xanh kéo vào đơn trì (sân sơn son đỏ) quỳ lạy, rồi thối lui đứng trước thềm. Kế thấy Thập-Vương kéo vào, đọc lời chúc ngày vía Phong-Đô Đại-Đế và dâng bổn Ngọc-Lịch. Phong-Đô Đại-Đế xem rồi, truyền văn võ các phán quan, đòi các quỉ sứ ngưu đầu mã diện mang lông đội sừng đến chầu, đứng tám hướng. Truyền phán quan đọc bổn Ngọc-Lịch một bận. Các quỉ sứ lạy tạ ơn tâu rằng: "Nếu ngày sau chúng tôi được đầu thai, **hễ thấy Ngọc-Lịch này thì thệ nguyện y theo cho đặng siêu độ**". Xảy thấy hào quang chiếu sáng, các phán quan cai trị thành Uổng Tử và ao Huyết Ô, đều đem bổn sổ đến dâng và tâu rằng: "Từ năm Thượng-Đế phê chỉ, cho ban phát Ngọc-Lịch đến nay, bởi chưa có dịp đem lên dương gian, nên chúng tôi tra kỹ những phạm dư trăm ngục, có nhiều hồn khi còn sống hay giảng nhân quả trong chốn đông người, hoặc giữa chợ đông, hoặc ngã ba ngã bảy, có người nghe tội phước mà hồi tâm. Chiếu theo luật Ngọc-Lịch, cũng là khuyên người chừa lỗi, đáng ân xá tội nhỏ, cộng 50.480 hồn khuyến thiện, giảng quả báo. Nên Thập-Vương hội nghị ân xá bọn ấy, định vào sổ đầu thai, tùy theo tội ít tội nhiều cho vào đường phú quí nhỏ, hoặc tầm thường. Kẻ tội nhiều cho làm người khó hèn, hoặc quan quả cô độc (quan là không vợ, góa vợ; quả là góa chồng; cô là mồ côi; độc vô hậu không con, độc mộc đến già), đáng cho uống nước mê mà đầu thai, khỏi hành hình nữa, nên dâng cho Đại-Đế xem". Phong-Đô Đại-Đế xem qua khen phải.

Xảy nghe báo rằng: "Có Phật Quan-Âm Bồ-Tát giáng hạ". Phong-Đô Đại-Đế với Thập-Vương đồng ra chào mừng. Quan Âm mới xuống thì hình phụ nữ, có Thiện-Tài theo hầu, Long-Nữ cầm phướn. Đến khi Đại-Đế Thập-Vương ra chào mừng thì Quan Âm hóa ra hình ông Tiêu-Diện Đại-Sĩ (mặt xanh lưỡi đỏ), mình cao mười sáu thước mộc, truyền chỉ rằng: Ta phụng chỉ Thượng-Đế, y lời tâu của Địa Tạng với Thập vương chư thần, xin ban Ngọc-Lịch năm đó, cho thế gian ăn năn, nguyện tu chuộc tội, khỏi hành địa ngục: nay cho hồn phạm đầu thai, ta rất vui lòng. Lại nghe vời đặng Đạm Si mà trao Ngọc-Lịch, về dạy thế gian cải ác tùng thiện. Ta ao ước có người tin Ngọc-Lịch, truyền giảng mà khuyên đời, chừa lỗi làm lành như mình, được đông người sửa lòng như vậy, thì núi đao ao huyết cũng bỏ không, các địa ngục càng ngày càng trống, thì người khuyến thiện thành chức "**Trí Huệ Dẫn Thiện Diễn Kiếp Phật**" (Phật Trí huệ đem lành khỏi tội).

Đại-Đế Thập-Vương với các thần Thành-Hoàng (thần trong đình) đồng chắp tay nói theo rằng: "Vị khuyến thiện đáng thành chức Phật ấy".

Quan Âm nói: "Nếu người tu ở thế thấy Ngọc-Lịch mà diễn dịch ra cho người dốt đàn bà con nít dễ hiểu, người ấy thành "**Công Đức Nhơn Thứ Pháp Thắng Phật**" (Phật công đức nhơn xét tài năng).

Các vị ấy cũng chắp tay nói theo rằng: "Đáng thành Phật".

Quan-Âm nói: "Nếu ai thấy Ngọc-Lịch đi đứng nằm ngồi cũng cảm mến ơn Trời, rèn lòng thanh tịnh, khuyên giảng độ người ăn năn làm lành đặng năm điều thiện, sẽ được làm bạt tiến cho vong hồn tiên nhân thân quyến. Lòng công bình muốn cho người đặng phước như mình, quyết khuyên dạy nhiều người tu hành, làm bạt tiến cho phạm hồn được đầu thai, địa ngục phải trống, thì người ấy thành: **Cứu Khổ Tiêu Nạn Phổ Huệ Phật**" (Phật cứu khổ nạn, ơn khắp nơi).

Các vị hết thảy đều chắp tay nói theo rằng: "Đáng thành Phật".

Khi ấy Phong-Đô Đại-Đế phán rằng: "Bởi Địa-Tạng-Vương muốn siêu độ các phạm hồn nên truyền xét hồn nào hồi ở thế có biết ăn năn chừa lỗi, thì ân xá khỏi hành các ngục. Chư thần đã vâng chỉ, Ngài lại truyền Thập-Vương hội làm Ngọc-Lịch, dâng xin phê nơi Thượng-Đế. Nhờ ơn Thượng-Đế phê cho và có chỉ dụ sửa các khoản... rồi đây trẫm sẽ dạy. Bởi bấy lâu chưa gặp ai đức hạnh, nhục thân đến cõi U minh, mà trao Ngọc-Lịch, đem về dương gian khuyến thế. Nay Đạm Si đến dưới thềm, xứng đáng truyền kinh Ngọc-Lịch. Như vậy nay đã có người rồi các phán quan thơ lại đem cuốn Ngọc-Lịch, viết thêm lời Quan-Âm phụng chỉ mới truyền, với chư thần truyền dạy, biên thêm đủ điều và bảo Đạm Si ghi sự tích mình gặp truyền Ngọc-Lịch v.v.., cho đời hiểu cội rễ. Còn khi trước có chiếu Thượng-Đế chỉ dụ sửa các khoản:

1. Các văn biểu tâu xin phê chuẩn, đều bỏ đừng biên vì rộn ràng e đời khó hiểu.

2. Các vị thần với Thập-Vương đề tên họ thiệt, và thuật lý lịch sự tích mình vì làm sao mà thành, khoản ấy cũng bỏ, không cho đời biết sự tích làm chi, cứ để nội tước (chức) như mỗ Bồ tát mỗ đế, mỗ điện mỗ vương, phán quan, thơ lại, để trống mà thôi, không cho đời biết tên họ. Ví dụ: Phong-Đô Đại-Đế viết, Diêm-La-Vương viết. Đề chữ viết, bỏ họ tên, như phán quan viết v.v..., phải chấm câu vòng theo lời nói, cho đời dễ hiểu, e ít học khó phân câu. Cứ y chỉ như vậy, các phán quan viết lại, không nên làm sái. Còn mấy bài trẫm bảo thích nghĩa, dương gian nói sái nói lầm như Huyết ô trì, Uổng tử thành, thập bát

tầng địa ngục v.v..., ngày giáp thìn tháng ba, năm Nhâm ngũ, trẫm có dâng sớ, Thượng-Đế cho biên thêm vào Ngọc-Lịch. Thôi cứ vậy bôi sửa đi."

Khi ấy Thập-Vương cầm viết, điện nào sửa theo điện nấy, rồi đưa cho phán quan thơ ký chép tinh lại. Khi ấy Đạm-Si quỳ dựa bàn án mà xem các phán quan chép tinh lại. Xảy thấy Tiêu-Diện Đại-Sĩ, hiện lại hình bà Quan-Âm, cầm nhành dương liễu châm bình nước cam lồ rải xuống ba lần, rồi đằng vân bay lên cao hết thấy.

Còn Thập-Vương cũng từ tạ lui về các điện. Phong-Đô Đại-Đế bãi chầu, ngự vào trong.

Lúc này các phán quan chép các lời Quan Âm, sao Ngọc lịch, biên các lời chư thần và đọc cho tôi viết từ chữ: "Thời thiên hạ thái bình canh ngũ niên....tới chữ chúc tất", cộng 129 chữ. Rồi giao cho các vị viết thêm đủ điều, mới trao cho tôi mà dặn rằng: "Người biết mặt với họ tên chư thần đã nhiều, nay trở về dương gian, xin đừng nói lậu tên họ anh em chúng ta, e người đời biết có tổ tiên thân thích làm phán quan thơ lại dưới âm phủ, cơn nào nó có bệnh trọng, không lo làm phước cho mau mạnh, nó lại làm nhăng sát sanh cúng tế, đốt sớ điệp, cầu tổ tiên phò hộ cho thêm tội với chúng ta. Vả lại Thượng-Đế chỉ dụ cho Đại-Đế tại điện này với Thập-Vương chư thần, còn phải bôi hết tên họ lý lịch, quê hương sự tích thay! Huống chi chúng ta là phán quan, thơ lại? Bởi lòng người đời khó lường (khó độ) lắm, e khi mượn kế sanh sự nữa, thì người với chúng ta khó mà khỏi tội lỗi. Xin nhớ lời dặn đừng quên?" Tôi thích huyết thề nguyền, không dám nói lậu, lại ghi thêm các lời phán quan thơ lại dặn cho đời hiểu. Nếu tôi đặt điều mà giả mạo lời thần phật, trời đất thánh thần há dung sao?

Nội đêm trùng cửu ấy, Đạm Si đạo nhơn ghi lời bạt.

LỜI BẠT CỦA VẬT MÊ ĐẠO NHƠN

Tôi hiệu là Vật Mê đạo nhơn (người tu, thầy tu tiên), tháng sáu, năm Mậu Thân, đi dạo qua tỉnh Tứ Xuyên, huyện Song Lưu, dọc đường gặp thầy tôi là Đạm Si tôn giả (Hồ Tăng sãi nước Liêu). Tôi hỏi thăm thầy ở đâu? Thầy tôi trả lời rằng: Ta ở đất Luân Hồi Sanh Tử (sống thác xây vần) ải Nhơn Quỉ Khứ Lai (người ma qua lại) nghĩa là đi lạc xuống Âm phủ mà về đây. Ta nói cho người rõ: những kẻ ở thế gian được phép đến mấy ngày vía Thập Vương, ăn chay cầu nguyện chừa lỗi cũ, cải ác tùng thiện, cứ lạy hướng Bắc (chỗ Ngọc-Đế), nguyện chừa lỗi cũ, không dám phạm nữa, làm lành mà chuộc tội, sau thác hồn khỏi hành hình nơi các địa ngục; ấy là ân xá giảm tội. Tại thế gian nhiều án chạy khỏi chối được chớ xuống âm phủ không lọt một mảy lông, không than cũng chẳng phép chuộc tội. Quý tại còn sống ăn năn làm lành mà trừ tội mới đặng. Ngặt người đời chẳng xét, tại cái thiện thì làm người, tâm ác thời làm vật. Song kẻ phụ nữ trăm người còn biết ăn năn làm lành một hai người. Chớ đàn ông ngàn người, may có một người cải ác! Có nhiều khi gần chết mà chưa biết ăn năn, thì phải chịu hành nơi địa ngục!

Nay nhờ ơn Địa-Tạng-Vương Bồ-Tát truyền Thập-Vương dọn Ngọc-Lịch, xin chỉ Thượng-Đế phê cho thế gian, biết ngày ăn năn nguyện làm lành chuộc tội, lại truyền bổn Ngọc-Lịch cho ta. Ta khuyên đời phải biết: **có phước mới đặng làm người, còn sống, rán ăn năn làm lành kẻo muộn.** Người có lòng khuyến thiện, nay ta trao Ngọc-Lịch cho người sao ra truyền cho đời biết". Ta quỳ lạy lãnh cuốn Ngọc-Lịch, thầy ta lần lần bay lên cao. Nên ta sao ra cho đời, ai khắc in ra lưu truyền cho đời khỏi tội thì mình được phước. Khuyên ai phạm tội mau chừa, không phạm thì rán mà giữ. **Đừng đợi thác rồi, mới muốn sống lại mà tu không đặng.**

VẬT MÊ ĐẠO NHƠN (GHI KÝ)

Mười ngày vía Thập phương, đều lạy hướng bắc:

Nhất điện Tần-Quảng-Vương mồng 1 tháng 2.

Nhị điện Sở-Giang-Vương mồng 1 tháng 3.

Tam điện Tống-Đế-Vương mồng 8 tháng 2.

Tứ điện Ngũ-Quan-Vương ngày 18 tháng 2.

Ngũ điện Diêm-La-Vương mồng 8 tháng giêng.

Lục điện Biện-Thành-Vương mồng 8 tháng 3.

Thất điện Thái-San-Vương ngày 27 tháng 3.

Bát điện Bình-Đẳng-Vương mồng 1 tháng 4.

Cửu điện Đô-Thị-Vương mồng 8 tháng 4.

Thập điện Chuyển-Luân-Vương ngày 17 tháng 4.

Và 14, rằm, 16 tháng 5, mồng 3 tháng 8, mồng 10 tháng 10 ăn chay ngủ riêng như trên. Vía 10 vua, nội 4 tháng 1,2,3,4.

THÁNH ĐÀN TRAI KỲ GIỚI KỲ
(cấm phòng)

Các vía lớn ăn chay, hoặc ngủ riêng, khỏi tội đặng phước. Tuy không ăn chay mà ngủ riêng cũng quý hơn. Tháng nào nhuần thì theo tháng trước.

Tháng giêng: Mồng 1 vía Di-Lặc, Thiên lạp, ngày cúng trời. Mồng 3 vía Tôn-Chơn-Nhơn, tổ thuốc và Hát-Chơn-Nhơn, ông tiên. Mồng 6 vía Định-Chơn-Phật. Mồng 8 Ngũ-Điện, Giang-Đông-Thần. Mồng 9 vía Ngọc-Hoàng Thượng-Đế. 13 Lưu mãnh tướng quân. Rằm vía Thượng ngươn, Thiên quan đại đế. Hựu thành Tịnh ứng chơn quân. Từ mồng 8 đến rằm, các vị ấy đi dẹp yêu quái, ai ăn chay, ngủ riêng, tụng kinh, có phước hơn mấy ngày thường thập bội, 19 Khưu-Trường-Xuân, ông tiên, cũng tổ thuốc ông đặt chuyện Tây du.

Tháng hai: Mồng 1 vía Nhất-Điện, Thái dương, Câu trận. Mồng 2 vía Thổ-Địa chánh, Tử-Đồng Văn-Xương (tụng bổn nguyện, bảo sanh). Mồng 4 Táo tướng quân. Mồng 6 Đông Huê Đế-Quân. Mồng 8, Trương-Đại-Đế, Tam-Điện, Thích Ca xuất gia (tụng Kim cang) 13 vía Các-Chơn-Quan, tổ thuốc. Rằm vía Thái-Thượng Lão-Quân (tụng Cảm-Ứng). Tinh trung Nhạc ngươn soái 17 vía Đỗ tướng quân. 18 Tứ-Điện. 19 Quan Âm (tụng Phổ môn, Cứu khổ). 21 vía Phổ-Hiền Bồ-Tát, Thủy-Long Thánh-Mẫu Nương-Nương. 25 vía Huyền-Thiên Thượng-Đế thánh phụ Minh-Chơn-Đế.

Tháng ba: Mồng 1 vía Nhị-Điện. Mồng 3 vía Huyền-Thiên Thượng-Đế (tụng kinh báo ân cho cha mẹ). Mồng 6 vía Thượng lão tướng công, Nhạng hương. Mồng 8 Lục-Điện, 13 Trung ương ngũ đạo. Rằm Hạo-Thiên, Huyền-Đàn, Lôi đình, 16 vía Chuẩn-Đề Bồ-Tát, 18 Hậu-Thổ Nương-Nương, Trung nhạc. 20 vía Tử-Tôn Nương-Nương (bà chúa thai sanh). 23 Thiên-Hậu Nương-Nương, 27 vía Thất-Điện, 28 vía Đông-Nhạc Đại-Đế, Khương Hiệt (ông thánh chế chữ).

Tháng tư: Mồng 1 Bát-Điện. Mồng 4 Văn-Thù Bồ-Tát. Mồng 8 Thích-Ca Phật-Tổ, Cửu-Điện, Doãn-Chơn-Nhơn. 14 Lữ Tổ, Thuần-Dương, Rằm Thích-Ca thành (tụng Kim Cang), 17 vía Thập-Điện... 18 Tử-Vi Đại-Đế. 20 Nhãn-Quang Thánh-Mẫu. 26 vía Chung-San Tướng-Công. 28 vía Dược-Vương Cổ-Phật.

Tháng năm: Mồng 1 Nam-Cực Đại-Đế. Mồng 5 Địa lạp (cúng đất). Ôn-Ngươn-Soái, Đặng-Thiên-Quân. Mồng 7 vía Châu thái úy. Mồng 8 Nam-Phương Ngũ-Đạo. 11 vía Đỗ-Thành-Hoàng (cai trị các thành hoàng). 12 Bỉnh linh công 13 vía Quan thái tử. 14 rằm, 16, ba ngày kỵ thần (cấm phòng). 17

Trương-Thiên Sư. 20 Phùng-Chơn-Nhơn. 29 Hứa-Oai Hiển-Vương.

Tháng sáu: Mồng 4 chư Phật giáng. Mồng 6 Thôi Phủ quân. Mồng 10 Lưu-Hải-Thềm Đế-Quân. 13 Tỉnh-Tuyền Long Vương. 19 Quan Âm thành đạo. 23 vía Quan-Đế, Vương linh quan. Hỏa thần. 24 Lôi tổ. 26 Nhị lang. 29 Thiên-Xu Tả Tướng (châu tử).

Tháng bảy: Mồng 7 Đạo-Đức-Lạp (cúng Thần Tiên), Ngưu-Lang Chức-Nữ. 12 Trường Chơn, Đàm Chơn Nhơn. 13 Đại-Thế-Chí Bồ-Tát. Rằm Trung ngươn, Địa quan Đại đế. Linh tế chơn quân. 18 Diêu-Trì Tây-Vương-Mẫu Nương-Nương. 19 Trị niên thái tuế (An giao). 21 Phổ-Am Tổ-Sư, Thượng-Ngươn Đạo Hóa. Đường chơn quán. 22 Tăng phước tài thần. 23 Thiên xu thượng tướng chơn quân (Gia cát). 24 Long-Thọ-Vương Bồ-Tát. 30 Địa-Tạng-Vương Bồ-Tát (U-Minh Giáo-Chủ).

Tháng tám: Mồng 1 Thần công Diệu tế Hứa chơn quân. Mồng 3 vía Táo-Quân (mồng 3 với 27 Bắc đầu giáng hạ phải cữ). Mồng 5 Lôi-Thinh Đại-Đế. Mồng 10 Bắc-Nhạc Đại-Đế. 12 Tây phương ngũ đạo. Rằm thái âm triều ngươn (tụng Thái-Âm), 18 Tửu-Tiên (Lý-Thái-Bạch). 22 Nhiên-Đăng Cổ-Phật. 23 Phục ma phó tướng Trương Hiên Vương (ông Trương). 24 Táo mẫu (bà Táo).

Tháng chín: Mồng 1 Nam đẩu giáng hạ (từ mồng 1 đến mồng 9, 9 sao). Mồng 3 Ngũ ôn. Mồng chín Cửu-Thiên-Huyền Nữ. Phong-Đô Đại-Đế. 16 Cơ thần. 17 Kim Long tự đại lương, Hồng ân chơn quân. 23 Tát chơn nhơn. 26 Ngũ hiển linh quan. 30 Dược-Sư Phật.

Tháng mười: Mồng 1 Dân Tuế Lạp, Đồng hoàng. Châu chơn quân. Mồng 3 Tam mao ứng hóa chơn quân. Mồng 5 Đạt-Ma Sư-Tổ. Mồng 6 Thiên-Tào chư tư, Ngũ-Nhạc Ngũ-

Đế giáng hạ. Mồng 8 vía chư Phật hội Niết-Bàn, phóng sanh có phước thập bội. (Nếu ngày mồng tám tháng 10, làm một tội nặng bá bội ngày thường). Rằm Hạ-Ngươn Thủy-Quan Đại-Đế, Đậu thần: Lưu sứ giả. 20 Trường hư Tịnh thiên sư. 27 Bắc-Cực Tử-Vi Đại-Đế.

Tháng mười một: Mồng 4 Đại-Thánh Chí-Thánh Văn-Tuyên-Vương (Khổng-Tử). Mồng 6 Tây-Nhạc Đại-Đế. 11 Thái-Ất cứu khổ Thiên-Tôn. 17 A-Di-Đà Phật (tụng Di-Đà). 19 Nhật-Quang thiên tử, Cửu-Liên Bồ Tát. 23 Nam-Đẩu giáng hạ, Trương Tiên, 26 Bắc phương ngũ đạo.

Tháng chạp: Mồng 1 Tiên Phật giáng hạ (tụng kinh phước hơn nhiều). Mồng 8 Vương-Hầu-Lạc, Trương-Anh-Đế, Thích Ca thành Phật (tụng Kim Cang). 16 Nam-Nhạc Đại-Đế. 20 Lỗ ban. 21 Thiên-Du Thượng-Đế. 24 Tư-Mạng Táo-Quân chầu Trời (tối 23 cúng đưa trước). 29 Hoa-Nghiêm Bồ-Tát. 30 Chư Phật giáng thế xét lành dữ.

Mỗi tháng mồng 8, 14, rằm, 23, 29, 30 Bắc-Đẩu giáng hạ, ăn chay tụng kinh.

TÙNG-NHIÊN HÒA THƯỢNG Ở CHÙA THIÊN-THAI ĐẶT BÀI KHUYÊN THẾ.

Người đời chẳng tin nhơn quả báo ứng, nên có kẻ số thọ mà yểu, số giàu mà nghèo, tướng làm quan mà thi rớt! Sách Bửu-Giám nói: **"Lành thì trả lành, dữ thì trả dữ: nếu chưa trả, tại ngày chưa đến"**. Lại có bài thơ rằng:

Trời sanh khó dối bởi không tây (tư vị).
Mới tính thần hay nạp sổ này.
Lành dữ rốt rồi đều trả quả.
Chẳng qua điều kíp với điều chảy.

Kinh Nhơn Quả nói: "Phỏng kiếp trước dữ lành, coi đời này họa phước. Độ kiếp sau họa phước, tại đời này dữ lành". Lại nói rằng: "Dầu làm dữ mấy kiếp, cũng trả cho mình". Kinh Niết bàn nói: "Quả báo có ba cách! 1) Hiện báo, làm lành dữ đời này, trả phước họa cũng nội đời này; 2) Sanh báo: kiếp trước làm, trả kiếp này, đời này làm, trả đời sau; 3) Tốc báo: mới làm lành dữ, trả phước họa nhãn tiền, trước mắt tức thì". **Phải biết trời đất không tư vị ai, tại mình làm lành dữ nặng nhẹ, nên trả mau chậm khác nhau.** Người đời khó hèn, điếc câm đi nhót, gãy tay, tật nguyền bệnh trời cho, đói lạnh, đều tại kiếp trước hưởng xài quá lẽ, làm dữ phạt nội đời ấy chưa hết kế tới số chết, nên đầu thai kiếp này phải phạt thêm cho đủ tội. Như vậy mà không tin nhơn quả báo ứng làm sao?

Người đời những kẻ không tin địa ngục, đến gần chết hay thấy ma quỉ, hoặc tiếng binh khí, xiềng tỏa mới tin có quỉ thần địa ngục, liền van vái cầu thần. Té ra đèn giữa gió, gần tắt, ăn năn muộn sao kịp, khó trốn quỉ Vô thường. **Quí tại ăn năn cho sớm, tỉnh lại mà tu, gần chết mới sợ vô ích.**

Đời Tùy vua Khai Hoàng, có quan tự thừa Triệu-Văn-Xương chết đi sống lại nói rằng: "Hồn xuống âm phủ thấy Châu Võ đế bị xiềng ba lớp tại phòng, kêu Xương lại mà nhắn rằng: "Khanh về tâu với Tùy hoàng đế rằng: các tội trẫm cãi lẽ xuôi hết, còn một tội hủy Phật nặng lắm, mau làm phước bố thí, tụng kinh mà cầu cho trẫm khỏi tội", Xương ra ngoài thấy một người dưới hầm phẩn ló đầu lên, hỏi ai đó? Người ấy đáp rằng: "Ta là Bạch Khởi, tướng mạnh đời Tần".

Sách Danh-Thần ghi: "Kinh Công có con tên Phương dữ lắm, xúi Kinh Công làm nhiều điều trái lẽ. Đến Phương thác, Kinh-Công mơ màng thấy Phương mang gông đứng dựa cửa. Kinh-Công sửa nhà làm ra kiểng chùa, bố thí tụng kinh cầu

Phương khỏi tội". Lấy sách nho đó làm chứng, đủ tin Ngọc-Lịch, thì khỏi khổ phần hồn, Ông Tư-Mã-Ôn công nói: "Trên có thiên-đường. Người quân tử thác rồi, lên thiên-đường, dưới có địa ngục, tiểu nhân thác rồi hồn sa địa ngục". Sao gọi không thiên-đường địa ngục?

Đoan-Sơn Đại-Tiên là ông Vương-Chương, đặt Kinh Thế Lục rằng: "Thiệt quả có địa ngục. Bởi người tính lành, thì thuộc dương sáng, nên khí thanh lên thiên-đường. Còn lòng tính dữ, thuộc âm tối nên khí trược xuống địa ngục. Diêm quân tra hỏi, hành tội mổ bụng rút ruột, đốt cháy nấu đầu là tại lòng chứa dữ."

Người đời không tin thác rồi đầu thai. Như kẻ không con, cưới vợ bé nhiều cũng vô ích, vì không thai nghén hoặc có nghén bị tử phúc trung, hoặc chết theo mẹ, không thì nuôi lớn chưa kịp có con mà chết yểu, thì cũng vô hậu, những kẻ ấy thiệt là vô phước lắm. Nếu vợ chồng có con sum họp đến già, tuy khó hèn cũng là có phước nhiều ít mới đặng vậy.

Sách Danh-Thần nói: "Mẹ ông Phạm Tổ Võ, lúc gần sanh ổng, chiêm bao thấy người cao lớn xưng mình là Đặng Võ tướng quân đời Hán, thức dậy sanh con trai mới đặt tên Tổ Võ. Đến lớn ở thuần lắm, nên đặt tự Thuần Phu".

Còn sách Tự-Loại, sách Mông-Cầu, có ghi tích Dương Hộ sanh ra, mà nhớ chiếc vòng kiếp trước. Bảo Tịnh nhớ cái giếng kiếp trước. Con gái Hướng tịnh chết non, rồi đầu thai lại nữa, nàng nói chuyện kiếp trước không sai. (Con ranh con lộn mà nuôi được). Người Văn Thẩm sống lại nhập vào xác khác. Những tích ấy đều tại sách Nho, sao không tin luân hồi đầu thai kiếp khác.

Phàm người lành, đầu thai nhà giàu sang có đức mà hưởng phước. Công quả bằng nhau đầu thai nhà tầm thường. Công ít quả nhiều, đầu thai nhà rủi ro, hèn khó mà trả quả. Như trong

Ngọc-Lịch nói: "Thử lòng kẻ ấy, còn làm dữ nữa, không biết ăn năn mà làm lành, thác địa ngục làm con Tích, đầu thai làm thú vật, nếu về hóa sanh lộn mãi, hết trông làm người".

Bà Diệu Huệ chơn nhơn (bà thân ông Văn Xương) nói: **"Con người ở đời, sống thác không nhất định, ở tạm rồi đi, như trăng tròn khuyết, như hoa nở tàn.** Ngày nay mới sanh là hồn chết kiếp trước lộn lại. Nếu thân trước chưa thác, thì hồn ấy có lộn vào xác này mà sanh ra đâu. Nếu ngày nay đến chết mà biết mình tội nhiều, thì trông chi đầu thai tử tế.

Người đời chẳng tin thác rồi đầu thai làm thú vật. Sách Nho biên sự đầu thai ấy rất nhiều, chẳng phải một tích. Sử Tùy thơ, Lý Sĩ Khiêm nói: "Ông Cổn là cha Đại Võ, hóa làm con cua đinh ba cẳng, gọi là con ba ba. Người Đỗ Võ hóa làm đề quyên là con quốc. (Nên chim quốc tên là Đỗ Võ, Đỗ Quyên). Bao-Quân hóa rồng. Ngưu Ai hóa cọp. Bành-Sanh hóa heo rừng. Như Y hóa chó. Huỳnh Mẫu hóa vịt, như càng thay lớn lắm. Tuyên Võ hóa trạch (cua đinh, tục kêu là cá giải). Đặng Văn hóa trâu. Từ Bá hóa cá. Kim Hạ hóa quạ. Thơ Sanh hóa rắn". Các điều đó biên nơi sách Nho, sao mà không tin?

Đức Thánh Khổng-Tử nói: **"Sanh ra đến già phải thác, làm người chẳng sống đời, nếu theo dữ bỏ lành, sao khỏi làm loài khác".** Kinh Lăng Nghiêm nói: "Người thác làm dê, dê thác làm người". Phổ Am tổ sư đặt bài kệ rằng:

"Súc sanh bổn thị nhân lai tác, nhân xuất luân hồi cổ đáo câm. Bất yếu phi mao tinh đái giác, khuyến quân hưu sử súc sanh tâm".

Nghĩa là:

Người lộn súc sanh cũng tại tâm, xưa nay người vật chuyển luân thầm. Muốn không đội gạc mang lòng xấu, khuyên chớ làm theo dạ thú cầm.

Ông Tịnh Trai học sĩ nói: "**Thông minh bất năng địch nghiệp, phú quý khởi miễn luân hồi**". Nghĩa là: Khôn lanh khó chữa tội, phú quý cũng luân hồi.

Ông Hồng Mại nói: "Hay coi thọc huyết heo, làm thịt dê, sau gần chết la như tiếng heo dê kêu vậy, có khi chết rồi đầu thai làm chim, cho người mua mà thả. Nếu đàn bà hay coi sát sanh dê heo lắm, có khi để ra đầu dê, hoặc mình rắn, hoặc trứng như trái cầu (đẻ bọc)". Cứ theo lời ấy, người ta còn đẻ súc vật côn trùng, hoặc đẻ trứng, huống chi thác rồi đầu thai làm súc vật, mà gọi không lẽ. Bởi luân hồi mà trả nợ thường mạng, là nhân quả xoay vần. **Khuyên đời đừng gọi mắt chưa thấy nên chẳng tin, cứ làm dữ mãi (tin tại phải lý, lựa chờ mắt thấy, đợi mắt thấy đà chết rồi còn gì!).**

Xưa có kẻ hỏi thầy Trình Tử rằng: "Phật nói chết rồi đi đầu thai nữa, sự ấy thấy thiệt chăng?". Thầy Trình Tử nói: "Sự ấy nói có nói không cũng khó hiểu. Song xét lời đức thánh Khổng Tử dạy rằng: "Vị tri sanh, yên trí tử" (chưa biết sự mới sanh đâu biết sự thác rồi), do một câu ấy thì đủ hiểu rồi". Coi Trình Tử là ông Thánh đời Tống; mà chưa dám gọi không luân hồi đầu thai. Còn xét lời nói đức thánh Khổng-Tử, đâu biết việc thác, thì sự luân hồi đầu thai không phải huyễn.

Ông Châu Liêm Khuê tự Mậu-Thức, là thầy hai ông Trình tử, Trình Hi, Trình Hạo, (Y Xuyên với Minh Đạo). Khi ấy Châu Liêm Khuê hỏi thầy Huỳnh Long Nam thiền sư rằng: "Chẳng hay đạo Phật có dạy sự nhiệm mầu riêng hơn đạo Nho chăng?" Huỳnh Long Nam thiền sư nói: "Thầy hãy xét các câu sách nhà Nho của thầy như đức Khổng tử nói: "Triệu văn đạo, tịch tử khá hỉ" Nghĩa là "**Sớm mai nghe thấu mùi đạo, chiều thác cũng đành**". Xét đạo ấy nghĩa là chi? Còn ông Nhan-Tử không đổi sự vui, là vui việc gì? Xét ra lý hai câu ấy, lâu lâu mới biết hiệp cái nhiệm mầu của đạo Phật, chớ không chi lạ mà hỏi".

Đạo là thông hiểu sự phải, chắc ý mà làm, chẳng hồ nghi chi hết, vì biết số mạng trời định, cứ phải mà làm, tố nào theo tố nấy, chẳng phải rán cượng cầu mà đặng, nên đức Khổng tử nói: "Nếu cầu đặng sự giàu, tuy ra sức mệt nhọc, làm việc hèn hạ như kẻ đánh xe, mà đặng giàu ta cũng rán chịu cực chịu nhục mà làm cho giàu. Nếu tại số trời định, có cượng cầu cũng vô ích, thì thà an phận mà theo tố, là chỗ ưa của ta". Nên ông Nhan-Tử thông mùi đạo, cứ giữ đức hạnh học hành sửa mình gọi là vui theo tố bần tiện, chớ không rầu buồn sự nghèo khó, nên sau ngày mãn phần làm chức Tu-Văn-Lang tại Âm phủ cũng đồng liêu với thầy Tử Hạ. Đức Thánh Khổng-Tử cũng nói: "Thực sơ phạn, ẩm thủy, khúc hoăng nhi chẩm chi, lạc tại kỳ trung hỉ". Ăn cơm rau, uống nước lã, co tay làm gối nằm, ngài cũng vui vậy, là tại biết đạo, biết mạng, tố nào theo tố nấy. "Quân tử vô nhập, nhi bất tự đắc". Người quân tử không gặp cảnh nào mà chẳng vui, bởi vậy ngài mới thành Thánh. Người đời không biết đạo, lòng tham vọng tưởng, cượng cầu cực khổ, không lợi lại bị hại, mau chết mà mắc tội nhiều, hại tới thân kiếp sau và để họa cho con cháu.

Người đời xem Ngọc-Lịch mà nửa tin nửa nghi, chưa dám đoán chắc là tại học chưa đủ lý; **té ra gặp phước mà bỏ qua.** Nếu hiểu nhơn quả đời trước làm lành dữ, đời nay chịu phước họa. Đời nay làm lành dữ, thì kiếp sau chịu phước họa mà còn nghi chi nữa? Nay nhờ ơn Trời, nhậm lời Thập-Vương chư thần, cho truyền Ngọc-Lịch đủ bằng chứng khởi nghi, cũng như tích Lâm Tự Kỳ sống lại, ghi lại cuốn Hồi Dương Nhơn Quả thì **mau ăn năn làm phước chuộc tội nếu đợi gần chết ăn năn sao kịp?**

TÍCH TRUYỀN NGỌC-LỊCH MÀ CỨU HỒN MẸ

Tỉnh Tứ Xuyên, thôn Dậu Dương, ông Viện-Cẩn-An mãn phần, để một trai lại, tên là Đức Sơ mới bảy tuổi. Vợ Cẩn An là Thiệu Thị thương con ốm yếu, nghe lời họ bày phép bổ ngươn, mỗi ngày dùng gà mập, nấu lấy nước thịt gà làm canh cho con ăn cơm. Nên mua gà nhiều lắm, đào trùng dế, nuôi cho mập đặng nấu cho con ăn. Đức Sơ 15 tuổi, Thiệu Thị bệnh ghẻ đau nhức cùng mình, như dế cắn gà mổ, mà cũng còn nhắc đầy tớ gái, làm gà cho con ăn. Đức Sơ hiểu ý liền cản cấm không cho làm gà nữa. Thiệu Thị đau bảy năm, gần chết làm gà gáy, dế kêu, cào rách mình mà chết! Đức Sơ khóc kể vì mẹ thương mình, nên sát sanh mới bị quả báo, liền thề cữ sát sanh. Cách một năm có nàng Ninh Cô là chị con nhà bác, gả cho Tiền bị để mà chết. Hồn xuống Nhất điện, vua xem bộ phán rằng: "Nàng này tội nhiều, đáng bị sản nạn, giao qua Nhị điện hành hình". Phán quan tâu rằng: "Viện Ninh Cô có khuyên cha mẹ chồng đừng đốt cây khô nhiều kiến, đã ba lần. Lại khuyên chồng khắc in Văn Giới Sát cho người 5000 tờ và phụ in kinh Quan-Âm, Phóng Sanh Văn 3000 tờ. Táo-Quân tâu Thượng-Đế cho sống thêm 30 năm nữa. Vua Nhất-Điện đứng dậy phán rằng: "Lành thay!" Liền sai kẻ áo xanh cầm phướn đưa hồn về. Ra tới cửa ngõ đỏ, có thắp đèn vàng, nghe tiếng kêu rằng: "Ninh Cô cứu ta với!" Ninh Cô ngó thấy thím là Thiệu Thị đầu tóc chôm bôm, mình máu lội bộ, chạy theo khóc rằng: "Cháu sống lại nói cho con ta hay, rằng ta bị khổ dưới âm phủ bảo làm phước mà chuộc tội cho ta, nếu khỏi tội, ta về cho chiêm bao mách bảo trả lời. Xảy thấy quỷ tóc đỏ cầm chĩa đâm họng Thiệu Thị mà dẫn đi, Ninh Cô sống lại thuật chuyện... Đức Sơ hay, liền lạy Phật làm chay, tụng kinh tới 19 năm mà không thấy chiêm bao. Cưới vợ là Thi Thị, cũng cữ sát sanh. Sau thấy kinh Ngọc-Lịch, Đức Sơ nguyện sao tả cho người đặng chuộc tội mẹ. Mới tả được 120 bản lẻ, cho mới được 108 cuốn. Nhằm niên hiệu vua Càn Long trào Thanh, là năm Canh Ngũ, đêm rằm tháng giêng, chiêm bao thấy Thiệu Thị về vỗ lưng con mà khen rằng: "Con thiệt có hiếu, mẹ ra khỏi ngục, nhờ phát Ngọc-Lịch 49 người hồi tâm, vua đà tha tội, lại cho về mách bảo con hay, hồn mẹ được về ở tại mã, giờ tý ngày 18 này, sẽ đi đầu thai hưởng phước. Còn con cũng đặng sống lâu nữa".

Đức Sơ hỏi: "Cha con bây giờ ở đâu?" Thiệu Thị nói: "Đầu thai đã lâu, lại chú giải Kinh Nhơn-Quả với Thiệu-Thơ, nên thi đậu làm quan và mạnh khoẻ". Đức Sơ hỏi: "ở tại xứ nào?" Thiệu Thị không nói, xô Đức Sơ thức dậy. Đức Sơ thuật chuyện cho vợ nghe... Thi thị nói: "Tại mình mơ tưởng sao tả Ngọc-Lịch nên chiêm bao thấy vậy". Sáng Đức Sơ dọn đồ ăn, bưng tế mả mẹ và vái rằng: "Nếu mẹ cho con thấy chiêm bao nữa, thì con mới tin chắc". Đêm ấy, Đức Sơ thấy Thiệu Thị về điểm mặt Thi Thị mà mắng rằng: "Mày ghét chồng sao Ngọc-Lịch nên mày xé năm cuốn, thiếu chút nữa mà hại ta! Lại nói cho chồng không tin điềm thiệt, mày sẽ mắc họa bây giờ". Đức Sơ giật mình dậy hỏi vợ, sao mình xé 5 cuốn Ngọc-Lịch. Thi Thị nói: "Đừng có nói yêu nói ma, có ba điều không đáng tin lắm: 1) Cữ sát sanh, không cho đồ sống vô nhà, như sãi vãi một thứ; 2) Đêm nào ngày nấy, thầy sãi tụng kinh hơn hai mươi năm mà cũng còn mắc tội dưới âm phủ! Giá gì sao mấy bản kinh mà phước nhiều vậy? Còn tin là nghĩa gì? 3) Nói tôi xé 5 cuốn, sao mình không nghĩ? Mình viết rồi cất vô tủ khóa lại, tôi làm sao mở đặng mà xé, còn tin nỗi gì? Chẳng phải thiệt hồn mẹ về mách bảo đâu! Ấy là mình vọng tưởng mà thấy bậy, e không bao lâu, sẽ điên cuồng mà chớ!" Đức Sơ nghe nói lưỡng lự, vì cũng phải lý dễ nghe. Đêm 17 qua ứng mộng bên nhà em Thi Thị và ứng mộng nhà cháu là Ninh Cô, rồi ứng mộng dâu con mà mắng rằng: "Mồng sáu tháng bảy năm ngoái Châu-Phụng-Cô là gái xóm này vào nhà ngồi chung với mày mà thêu giày, mày có lấy một cuốn Ngọc-Lịch để trong rổ may. Đêm sau mày giận chồng mày không cho Phụng Cô vô nữa, nên mày xé 5 bản Ngọc-Lịch. Bữa sau em mày là Thị Phúc đến thăm, thấy kinh rách, năn nỉ xin về đóng lại dán lại viết vô mà cho người, Âm phủ đã ghi phước cho Thị Phúc. May sao con ta để vô tủ mà khóa, phải không thì mày cũng xé nữa! Nay lại chối phức đặt chuyện ba điều không đáng tin, tội già hàm nặng lắm. Táo-Thần với Thổ Địa đã chịu cho tà quỉ vô nhà hành mày chạy đâu cho khỏi họa!" Nói rồi xô đổ bàn để đồ trang điểm một cái rầm! Vợ chồng giật mình thức dậy! Đức Sơ hỏi vợ tin không! Thị Thi nói: Ai tin thì gọi có, ai không tin thì gọi không. Xảy thấy một đống khói đen bay vô cửa phòng! Thị Thi rùng mình, ngó chồng mà nói rằng: "Mình tả thêm ít cuốn nữa, thà tin là có, chớ gọi là không". Đức Sơ biết vợ có xé kinh thiệt, nên mới nói như vậy. May mẹ đã đầu thai, nên tin chắc, thôi cậy sãi tụng kinh nữa, quyết lòng tả Ngọc-Lịch làm phước.

Đêm ấy Thi Thị phát nóng, lưng vai đau nhức như đánh như đần. Rước thầy thuốc coi mạch. Thầy thuốc nói: "Ấy là âm độc làm ghẻ ác, phần thím có thai, nên không dùng thuốc nóng mà trị, thế phải chịu phép!" Đức Sơ rầu lắm. Kế em vợ là Thị Phúc ghé. Ninh Cô cũng đến thăm, đồng thuật chuyện chiêm bao, bảo Đức Sơ van vái. Đức Sơ vào bếp, vái ông Táo, nguyện tả một trăm bổn Ngọc-Lịch mà cầu cho vợ mạnh. Thi Thị đang nóng mê, vùng dậy quì dưới đất, lạy khan mà nói rằng: "Từ rày sắp lên, tôi tin Ngọc-Lịch, tình nguyện bán hết đồ nữ trang mướn tả Ngọc-Lịch, cho người mà chuộc tội". Xảy thấy ông đội mão thất tinh, bận áo đen, đuổi đống khói đen dưới giường lăn ra bay mất. Thi Thị bớt nóng hết sưng lưng vai (chứng phát bối). Bữa sau sanh con trai, mẹ con mạnh khỏe . Nội trong hai tháng, vợ chồng mướn nhiều người tả đủ một trăm bổn Ngọc-Lịch cho người. Bởi vợ chồng cám ơn thần, nên biên sự tích vào đây mà khuyên đời, không dám giấu sự lỗi.

BỞI CHÊ NGỌC LỊCH BỊ PHẠT NHÃN TIỀN

Phan-Ngưỡng-Chí là học nho, không tin Ngọc-Lịch, viết bậy vô mà kiêu ngạo. Phê tại câu: "Đâu thấy hồn ma mang gông". Đề ba chữ son rằng: "Thị chi chỉ" (rất phải lắm). Bôi mực mấy bài từ Nhất-Điện tới Thất-Điện. Tại Ngũ-Điện lấy son gạt tréo. Trên câu nói: "Uống rượu lãng phí", nó đề hai chữ son lớn: "Khả tiếu" (Tức cười quá!). Chỗ Thập-Điện nói câu: "Đàn bà con gái bị học trò gạt nên thuận theo thất tiết..." Nó đề 11 chữ mực: "Phụ nữ tự kỷ tầm tử, dữ nam tử hà thiệp?" (Tại phụ nữ liều mình, đàn ông có can cớ gì?) Chỗ nói đầu thai, nó đề hai chữ son: "Loạn họa!" (nói bậy!) Chỗ Mạnh Bà, mấy câu ấy, nó chấm mực vài hàng. Trên bốn chữ "Khổ căn nan đoạn" (còn đầu thai cõi trần cực khổ) nó khuyên son trết! Tới câu: "Làm hồn ma mang thây nữa", nó khuyên son 9 khuyên. Từ ấy sắp sau, chỗ bôi chỗ gạt tréo, cho tới chỗ câu: "Hào quang chiếu sáng, Quan Âm giáng hạ", nó vùng phát điên. Nửa đêm nó mở cửa chạy ra phố chợ, hai tay chống đất, bò càng, lật phao tay đổ máu, trầy đầu gối lả giò, bò một hồi làm như bị trói cẳng, mọp đó la lớn rằng: "Bớ con ơi!! Mau đem cuốn kinh Ngọc-Lịch ra đây, đặng đưa cho lối xóm, đem cúng trong chùa Tây-Nhạc Đại-Đế". Con nó về lấy kinh trao cho xóm, trở vô thấy nhà phát hoả, cóng cẳng chạy ra không kịp nên bị chết thiêu! Nó nóng họng chạy về chữa lửa, thấy vợ nó là Hoàng Thị lõa thể (trần truồng) chạy ra, Ngưỡng Chí mắc cở nói với xóm rằng: "Người đời đừng bắt chước tôi ở độc nhiều năm, nay thấy Ngọc-Lịch, còn không tin mà chừa lỗi, lại phê ngạo nhiều câu, nên bị trời phạt nhãn tiền độc quá!" Nói rồi lửa cháy tới, cứng cảng chạy không đặng, phải bị chết thiêu. Bầy chó nhảy vô kéo thây ra, xé ăn tới xương cốt! Xóm coi thấy phê trong Ngọc-Lịch như vậy, ai cũng rùng mình! Mới biết tại tội nặng quá, nên trả lẹ lắm!!! Còn vợ nó mắc cở trốn xứ nào bặt tin không biết!

GANH GHÉT MUỐN DẸP NGỌC LỊCH
BỊ BÁO NHÃN TIỀN

Tại xứ Tây Hương, chùa Thổ-Cốc (ông Trương), có một sãi, tên Đạt Viễn, đặng cuốn Ngọc lịch, cầm qua am Thuần Dương mà coi với đạo sĩ (thầy pháp) tên Quán Tiên. Hai thầy coi tới chỗ thầy chùa thầy pháp ăn tiền tụng mướn mà tụng sót, thác sau phải vào Sở Bổ Kinh mà tụng bổ,v.v... Lại coi tới chỗ luân hồi, nói thầy chùa thầy pháp có tội nhiều, các ngục hành hình không đặng, phải cho uống thuốc mê, đầu thai tử phúc trung, hoặc chết yểu nhiều kiếp, cho lú quên hết kinh chú, rồi mới hành hình,v.v... Đạt Viễn nói: "Chúng ta nhờ cậy tụng kinh mướn mà khá, nếu Ngọc-Lịch lưu truyền nhiều chỗ, thì nghề làm ăn chúng ta phải ế! Dầu xé đốt Ngọc-Lịch cũng không hết đặng, biết tính làm sao?" Quán Tiên nói: "Tôi biết cầm cơ thỉnh tiên. Thầy sẽ bảo các sãi rủ người ngoài, hoặc bổn đạo đến coi thỉnh tiên. Tôi làm bộ cơ lên, viết chữ nói phá Ngọc-Lịch thì chúng hết tin". Đạt Viễn đi khoe cùng nói tại am Thuần-Dương (Lữ-Đồng-Tân) thỉnh tiên linh lắm, ai cầu hỏi việc gì, thì đến mà hỏi hoặc xin toa thuốc xin bùa, thần tiên cũng cho". Thiên hạ nghe nói lưu truyền lần ra, nên ngày nọ nhiều người đến am Thuần-Dương coi đạo sĩ thỉnh tiên tới dâng hương chật trong chật ngoài. Quán Tiên làm bộ lập bàn xông cơ, lúc đỏ đèn niệm chú, phun nước đốt bùa... Một lát cơ lên, đồng bưng cơ, thầy lại coi, viết chữ trên mâm cây vuông đổ cát. Quán Tiên kêu ai biết chữ lên coi chữ tiên viết. Người biết chữ lên đàn, coi thấy trong mâm cát có bảy chữ lớn rằng: "Ngô-Thuần-Dương Tổ Sư chí hỉ" và chín chữ nhỏ: "Phàm nhơn khẩu vấn giả, tốc tốc lai vấn". (Nghĩa là: Ta là Thuần-Dương Tổ Sư đến rồi. Ai hỏi sự chi, mau lên mà hỏi). Ai nấy nghe đọc như vậy, thì rùng rùng lên đàn. Quán Tiên nói: "Đừng lại đông lắm, hỏi rộn không nên, vô từ người mà hỏi tử tế". Đạt Viễn quỳ lạy vái lớn rằng: "Chẳng hay trong đời việc chi quí hơn hết, xin tổ sư chỉ dạy". Cơ viết nhiều chữ nhỏ như vầy:

"Thứ nhất kính đạo sĩ (thầy pháp), thứ nhì trọng thầy chùa, Đạo sĩ dâng sớ, cầu đặng sống lâu. Hòa thượng tụng kinh siêu độ, đưa vong hồn về Tây phương. Duy có một chuyện không nên nghe, là thứ Ngọc-Lịch bảo ăn năn chừa lỗi làm lành mà trừ tội! Có đâu dễ như vậy! Nhiều người tin khắc bản lưu truyền mà gạt kẻ dốt phải lầm! Nếu ai gặp Ngọc Lịch thì xé mà đốt đi, thì đặng phước lớn".

Người coi đọc rồi, lấy giấy chép ra chưa rồi bài ấy. Xảy thấy hào quang xanh lét chiếu vô đàn, Quán-Tiên rùng mình té xuống đất, Đạt-Viễn cũng nhào theo. Người chép bài ấy, đứng dựa bàn Lữ-Tổ, trợn mắt hét lớn rằng: "Ta là Liễu Tiên đây! Vâng lệnh tổ sư truyền dạy cho đời rõ: Bởi vì người đời vô phước làm dữ không ăn năn, may nhờ Trời nhậm lời Thập vương các thần tâu, ban phát Ngọc-Lịch cho Đạm Si đem về, truyền người đời xem mà chừa lỗi, không dám phạm nữa, lời thần tiếng phật tiên thánh khuyên răn. Thượng-Đế truyền chỉ Đô Thành Hoàng mỗi ngày canh luân phiên các du thần ngày đêm soi xét nhân gian lành dữ. Nay có thầy chùa là Đạt Viễn, thầy pháp là Quán Tiên, dám ganh ghét Ngọc-Lịch, lên cơ mà giả nói gạt đời. Tội hai đứa ấy đáng đọa địa ngục hành tội cho đến kiếp rồi giam hoài ngục A Tỳ, không đặng đầu thai. Nếu ai ghét Ngọc-Lịch, mà không tin, cũng phạt như Quán Tiên, Đạt Viễn vậy". Nói rồi, ngó thấy cơ tự nhiên không ai vịn mà lên, viết 33 chữ như vầy:

Tâm bệnh tư tương tâm dược y.
Huyết nhục huân tính thiểu ngật ta.
Thơ trung tự hữu ba la mật.
Năng sử oan khiên tận thoát ly.

Ngô Liễu Tiên khứ dã

Thích nôm:

Bệnh tâm, thời trị thuốc bằng tâm.
Huyết thịt ít ăn đặng phước thầm.
Ngọc-Lịch thánh thần tiên phật dạy.
Độ dời khỏi đọa, hết mê lầm,

Ta là Liễu Tiên đi rồi

Người coi chữ sao chép rồi, bước xuống nói rằng: "Hồi nãy tôi chép còn một ít chữ thì hết bài trước. Xảy thấy một ông mặt xanh môi đỏ, lên đàn, bảo tôi truyền lời Lữ Tổ dạy, rồi đằng vân bay mất!" Ai nấy đều hãi kinh về hết. Không biết Quán Tiên với Đạt Viễn đâu mất! Cách vài bữa nghe nói Quán Tiên với Đạt Viễn hai người bầm mình la hoài cho tới chết, mới biết quả báo nhãn tiền lẹ quá! Ghê thay!!

KỈNH TÍN LỤC
(truyền Ngọc-Lịch, được phước)

Người bị chết trôi, lửa cháy, trộm cướp, tai họa, đều đổ tại thời vận, không dè tại mình làm dữ mà ra. Bởi chẳng kiêng trời đất, không tin tiên phật thánh thần, bất trung, bất hiếu, bất nhân, bất nghĩa, hủy hoại lúa gạo, bỏ xả giấy chữ Nho, sát sanh hại vật, khoe mình hiếp người, mê đàn ca, đắm tửu sắc, theo bài bạc gian lận, nếu phạm các tội ấy, dẫu có khỏi tội dương pháp, thì cũng bị thần phạt mắc tai họa. Nếu in Ngọc Lịch, gặp ai cũng giảng tội phước quả báo, sau thác đã tiêu hết tội, mà còn sống bây giờ cũng được hưởng phước sống lâu. Nay mới nghe cái tích làm lành đặng phước đổi rủi ra may, kể ra sau này, đều việc nhãn tiền, thiên hạ có nghe có thấy.

1) Ông Huỳnh-Phương-Châu ở huyện Đại Hưng, trấn nhậm huyện Khúc Dương, làm quan giáo thọ, vợ cũng làm lành. Khi đương làm việc tại đó, khắc bản kinh Kim-Cang, kinh Cảm-Ứng, kinh Âm-Chất, in mỗi thứ vài ngàn bộ, vợ in Ngọc lịch vài ngàn cuốn mà cho người, phóng sanh chim cá không biết mấy muôn ngàn mạng. Sanh năm người con trai, đầu lòng là Thúc Lâm đậu Thám Hoa, còn bốn người kế là Thúc Kinh, Thúc Kỳ, Thúc Huyển, Thúc Tuyên đều đậu.

2) Mục Quốc Duy ở huyện Ngô, đậu Tiến sĩ trào Minh Thiên Khải, ở nhà không làm quan. Hay thỉnh nhiều thiện thơ (kinh lành), thấy Ngọc-Lịch liền sao tả cho người thấy, có rách thì dán lại, năm thất mùa thì đâu đậu thí lúa, lúc thiên thời thí thuốc. Con trai là Huệ Viễn đậu tiến sĩ trào Minh Thuận trị, cháu tên Đồng đậu trạng nguyên, Cảnh Tuyên đậu truyền lô, Kế Nhượng đậu Tiến sĩ. Con của Đồng tên Tảo đậu Bảng nhãn, các chắt đều bổ Hàn Lâm, tiến sĩ, nối đời làm quan, cũng nhờ bố thí.

3) Bành Nhất Âm ở huyện Trường Châu, gặp thất mùa thì thí lúa, thấy thiện thơ thì in. Con tên là Cần, sao tả Ngọc-Lịch dư trăm mà cho người, thi đỗ Trạng-Nguyên, chắt là Khải Phong cũng đỗ Trạng nữa, bởi nhờ thí Ngọc-Lịch.

4) Từ Trước Đình ở huyện Côn San, làm biện lại với quan Nghiêm Văn Tịnh. Khi trấn nhậm tỉnh Chiết Giang, dân bị nước lụt. Trước Đình nói nung cho ông Nghiêm Văn Tịnh bố

thí, cứu sống nhiều mạng. Còn làm phước điều này: Lúc trào Minh vua Sùng Trinh, bị loạn, giặc bắt vài trăm phụ nữ, gửi tại Trước Đình bảo giữ dùm. Từ Trước Đình lén cho phụ nữ bạc tiền, mà thả đi hết, rồi lập thế đốt nhà mà phi tang, đem bản kinh Ngọc-Lịch với gia quyến trốn qua ở huyện Thái dương mà lánh nạn. Thuở nay Từ Trước Đình in Ngọc-Lịch thí cũng nhiều lắm. Đến thái bình, con trai lớn là Từ Kiều Học thi đỗ Thám Hoa, làm tới chức Thượng Thơ, con giữa là Bình Nghĩa cũng đậu Thám Hoa, làm tới chức Thị Lang, con út là Ngươn Văn làm tới Thiên Quan chủng tể. Năm người con của Từ Kiều Học là Thọ Cốc, Huynh Thọ, Mẫn Thọ, Từ Bình, Từ Tuấn đều thi đậu.

5)   Thái Bội Lan ở Hồ Châu, ở hiếu đễ (thảo thuận), tiện tặn cho dư mà bố thí, hay thí thuốc cho nhà nghèo, con côi đàn bà góa cậy mượn thì chẳng tiếc. Nếu phụ nữ hoặc trẻ thơ làm mất đồ không dám về nhà, thì cho mà thường lại. Hay cho kinh Ngọc-Lịch, 84 tuổi không bệnh ngồi xếp bằng mà mãn phần. Lối xóm thấy có tiên đồng tiên nữ mời Bội-Lan lên xe. Cháu là Khải Tôn, chắt là Thăng Ngươn đều đỗ Trạng.

6)   Hùng Triệu Đảnh ở huyện Nam Xương, làm thầy thuốc thuở 19 tuổi. Coi Ngọc-Lịch thấy khoản dung y hại người bị vào Đẳng-Hượt đại địa ngục nên giữ mình trị bệnh kỹ càng và giảng cho thầy thuốc khác nghe nữa. Mình đã in thí, lại rủ nhiều người. Phàm trị bệnh không nài cực khổ, chẳng luận giàu nghèo. Nếu kẻ nghèo không có sâm, cũng tán nhỏ mà cho không. Nhà giàu thưởng bao nhiêu tiền, đều tùy cơ bố thí cho kẻ khó. Gặp năm thất mùa, thì đi bộ coi mạch chẳng nỡ làm tốn tiền xe người. Vợ cũng hiền đức, thuận theo ý chồng, mùa đông bận áo vải cũng không phiền. Đến 80 tuổi, nhằm ngày sanh Triệu Đảnh, xảy thấy thinh không hiện ra một bức lụa đỏ, thòng giữa căn nhà đề chữ vàng rằng:

"Phụng Thiên-Đế mạng, Hùng Triệu Đãnh phó Phước kiến tỉnh Thành-Hoàng tử nhậm". (Vương chỉ Thượng Đế phong Triệu Đãnh làm Thành-Hoàng tỉnh Phước kiến).

Cách ba bữa mùi hương đầy nhà. Triệu Đãnh tắm gội, thay y phục mới, ngồi xếp bằng mà mãn phần, con cháu thi đậu nhiều đời.

7) Trung Mạnh Cầu làm quan Án-Sát trấn tỉnh Hà Nam, tính ở thanh liêm có ân oai nhân chánh. Có khắc bản Ngọc-Lịch, Âm-Chất, văn giới sát của Liên Trì đại sư (nay đem chung vô Ngọc-Lịch rồi). Tính ghét họa hình tục tĩu, bài thuốc tráng dương, bài thuốc phá thai và đồ nghề bài bạc. Nếu gặp thì hủy hết, ai cáo thì được thưởng. Năm nào thất mùa dân đói thì thí lúa, cho tới xứ khác nữa. Vợ cũng cầm đồ mà phụ với chồng in Ngọc lịch và thiện thơ. Những kẻ nghèo bệnh đều nhờ ơn hai ông bà. Sanh năm trai đều thi đỗ làm quan.

8) Trương Xuân Phố nhà giàu mà cần kiệm như nhà nghèo thấy thiện thơ thì bảo con cháu sao tả cho người. Tính ở thuần hậu, con cháu hay tả kinh, sau thi đậu tới đời chắt.

9) Tỉnh Chiết Giang phủ Hàng Châu, Từ Văn Kỉnh làm đại thần mà hay giảng kinh sách tam giáo, in Ngọc-Lịch, có khắc thêm Kỉnh tín lục là các bài nói trước đó mà cho đời. Mẹ ngày nào cũng niệm Phật Quan Âm. Năm đói thời thí lúa. Sau con làm tới Chủng Tể, các cháu thi đỗ làm quan.

10) Trần thị là họ lớn tại huyện Hải Ninh lập trại hàng thí quan quách, thí thuốc, thí đất cúng, tối trời thắp đèn ngoài đường đi, thí Ngọc Lịch. Con cháu thi đậu, nổi danh tỉnh Chiết Giang.

11) Tại tỉnh Chiết Giang, phủ Hàng Châu, có bốn họ đại phú là: họ Quan, họ Uông, họ Tôn, họ Triệu, đều nối đời nhân đức bố thí nên giàu bền không cổi. Họ Quan, cha con thi rồi, về lo giải thiện thơ, kế nghe báo, cha con đều đậu. Còn họ

Uông tới đời nay còn thí thuốc Tử Hà, giàu hoài không cổi. Họ Tôn thí Ngọc lịch và các thiện thơ. Họ Triệu thí quan quách quần áo. Bốn họ ấy giàu bền, lại phát quan, là nhờ bố thí làm phước.

12) Lưu Học Triều ở huyện San Âm, năm Bính Thân, trào Càn Long dắt gia quyến đến kinh đô đợi bổ ra làm quan. Dọc đường gặp đàn bà bận áo đỏ nói: "Hồi tôi còn sống, muốn in Ngọc-Lịch một trăm bộ, bị ông cản trở hại tôi bây giờ mắc tội dưới Âm phủ". Lưu Học Triều hãi kinh nhìn lại, là nàng họ Trịnh, vợ của người đầy tớ cũ. Đi tới kinh phát bệnh, hay thấy hồn nàng họ Trịnh đến gây hoài. Vợ là họ Khương hay sự ấy, vái in hai trăm bộ thí cho họ Trịnh. Lưu Học Triều vùng nói: "May nhờ ơn Phật tôi được siêu độ". Nghe in giọng nàng họ Trịnh! Khương Thị càng tin, lo in lập tức cúng tại am cô vãi. Cách nửa tháng, hai vợ chồng đồng thấy nàng họ Trịnh về lạy tạ rằng: "Nhờ ơn in Ngọc-Lịch, tôi đặng đầu thai, Diêm Vương chia phước cho bà phân nửa, sau gặp nhiều sự may". Lưu Học Triều thức dậy, liền mạnh.

13) Cầu-Phục-Sơ ở tỉnh Nam Kinh là người chí hiếu với cha mẹ. Vợ chết, có con là Đại Vinh cũng có hiếu. Tính Phục Sơ không tin có quỉ thần địa ngục. Ngày kia đi buôn bán đặng cuốn Ngọc-Lịch đem về, cha con coi với nhau, cha gọi nói huyễn nên bỏ dẹp trên gác! Con là Đại Vinh mộ lắm, muốn kiếm bản in ra lưu truyền, sợ cha quở nên không dám. Phục Sơ bệnh nặng, ngó thấy nhiều con quỉ dị hình tới phá, bèn kêu con mà than rằng: "Nay mới biết có quỉ ma địa ngục, ăn năn xưa không tin Ngọc-Lịch mà ở theo!" Đại Vinh nghe nói, liền vái in ba trăm cuốn mà lưu truyền, cầu cha mau mạnh. Phục Sơ nghe quỉ nói: "Ông Táo đã để hai chữ Thuận Tuân trên trán Phục Sơ, không bao lâu sẽ có chiếu chỉ Ngọc-Đế đến, chúng ta trốn trước cho mau, kẻo nữa bị quở". Phục Sơ liền

mạnh.

14) Hạ Kiến Mô tự Hữu Kiều, ở huyện Tiền đường, thuật chuyện chiêm bao rằng: "Năm Mậu Dần ta dạy học tại nhà họ Cao. Lúc tháng tư, ta soạn sách cũ trên gác, gặp cuốn Ngọc lịch, coi rồi thì xét lẽ dạy thì phải, song không chắc thiệt sự như vậy. Nhưng mà thấy lời nói rõ ròi, tuy kẻ dốt đàn bà nghe cũng dễ hiểu, vậy là một lẽ chánh, khuyên đời làm lành răn dữ như sách Nho. Vả lại giá in cũng rẻ nên vái in thí một trăm cuốn. Cách vài ngày xem lại, thấy nhiều lời nói quái gở, mình là người học nho, không lẽ nói cho ai nghe. Nghĩ như vậy nên tính lại không in. Đã gần đi thi, không rảnh đâu mà suy xét việc ấy. Vào thi nạp quyển rồi, về nhà ngẫm nghĩ mình đặt hai câu chưa êm, e khi phải rớt, nên trong bụng buồn bực, nằm mơ màng thấy một ông cao lớn, ăn mặc đồ xưa, gò má có triều, râu dài như hình ông Tô Đông Pha vậy. Ta lấy não bài vở trong trường, đưa xin xem thử đậu rớt. Ngài dạy rằng: "Ta biết tính chàng đủ tài đức, khoa này chắc đậu còn ngại nỗi gì! Song ngươi đã gặp Ngọc-Lịch, sao không in mà cho thiên hạ?" Ông già nói: "Địa ngục dưới Âm phủ, là tại lòng người làm phạm các tội nơi địa ngục. Nếu lòng người chẳng phạm các điều ấy thì có địa ngục cũng như không. Mình thông lý sao còn chưa hiểu mà nghi không thiệt? Mau in mà thí, đừng dụ dự hồ nghi nữa?" Ta thức dậy, chưa dám nói với ai. Thiệt tới kêu tên mới biết chắc đậu nên in một trăm cuốn và phụ thêm sự chiêm bao vô đây.

15) Tôi là Cao Lan, tự Nhơn Hòa ngày 11 tôi qua mừng cậu tôi là Hạ Hữu Kiều thi đỗ. Cậu tôi thuật chuyện chiêm bao điềm lạ... và đưa bài tự thuật cho tôi xem, tôi cũng lấy làm lạ! Khi ấy con tôi là Hiển Tăng có đậu ba bốn ngày mà không tốt. Đến rằm vợ tôi là Phùng Thị, con gái tôi là Trinh Khanh cũng có đậu nữa. Kế một tên học trò, một con tỉ tất cũng có đậu, tôi

lấy làm hãi kinh! Đêm ấy thắp hương đốt sớ chịu ăn năn chừa lỗi, nguyện in ba trăm cuốn Ngọc lịch cho người và thả 30 muôn vạn cá. Vái rồi không đầy mười ngày mà bốn người mạnh. Còn Hiển Tăng yếu đuối nên chậm hơn, sau ra mủ lỗ tai rồi cũng mạnh. Lấy làm lạ điều này: Vợ tôi đậu rựng mọc, mà mọc không đặng, thầy thuốc sợ nhập vô làm khổ, kể từ tôi đốt sớ ba ngày, ra mồ hôi ba lần, rồi tiêu mất! Nhờ ơn thần phù hộ bình an là vì vái in Ngọc-Lịch mà linh nghiệm như vậy mới tin cậu tôi thấy chiêm bao là điềm thiệt, nên khắc thêm sự tôi vào đây, cho thiên hạ biết. Nhằm tháng 9 vua Gia Khánh 23.

16) Kinh Ngọc-Lịch lưu truyền đã lâu. Ông nội tôi là Văn Kỉnh có khắc bản in thí, ai tin làm theo đặng gặp phước đều khắc thêm vào đây rồi. Năm ngoái Hạ Hữu Kiều thấy chiêm bao, in một trăm bộ, đưa cho tôi một cuốn, tôi đặng lòng muốn in thêm, ngặt lúc không dư. Năm nay thi đỗ, thân hữu lễ mừng, tôi đều lấy mà in một trăm cuốn và khắc thêm lời này vào đây.

Từ Chương ở huyện Tiền Đường, ghi tháng mười, năm kỷ Mão.

17) Năm Mậu Dần, Hạ Hữu Kiều làm chức Hiếu Liêm, qua Tô Châu cho tôi một bản Ngọc-Lịch, tôi coi tới câu: "Địa ngục là tại lòng". Tôi ngẫm nghĩ ra lý quả báo. Qua năm Kỷ Mão, cháu lớn tôi bệnh nặng tôi vái in Ngọc-Lịch cầu cho cháu mạnh, thiệt quả đặng sống. Tháng hai năm nay, con trai lớn tôi là Lượng Dần, đau chứng yết hầu gần chết, tôi vái trời xin cho con mạnh, thì in Ngọc-Lịch phát liền. May ra mồ hôi mà mạnh đổi họa ra phước, nên cám ơn trời phật thánh thần. Khi trước tôi gửi cho bằng hữu qua Hàng Châu in ba trăm bản nữa, có khắc in thêm khoản này cho các nơi khác. Kinh này đáng kính, nên tôi ghi vài lời xin các vị thiện tâm rán rủ in ra khuyên đời, thì đặng phước nhiều lắm. Khi ấy niên hiệu vua Đạo Quang năm thứ nhất là Tân Ty, tháng tám. Cát Võ Điền

hiệu Du Nhuận đang ngụ ở Tô Châu đề.

18) Niên hiệu Đạo Quang năm Quí Tỵ, mùa thu, tôi là Phan Quang Thọ ở sông Tiền đường, bởi em bạn dì tôi là Châu Phước Tăng, Táo Thủ Tăng khắc bản khuyên tiếc lúa gạo, trọng giấy chữ, lại tính khắc Ngọc-Lịch in cho đời. Tôi nói: "Sự địa ngục là U Minh, không đáng tin. Vả lại muốn lượm giấy chữ đã tốn hao, khắc bản tốn nhiều vô ích". Hai anh em nghe tôi nói thôi làm. Qua mồng ba tháng giêng, năm Giáp Thân (năm sau), tôi chiêm bao đến chùa Văn-Xương Đế-Quân, kêu tên thì vào hầu. Tôi vào quỳ lạy. Phán quan nói lớn rằng: "Ngươi đã chẳng tin thì thôi, sao cản người làm lành?"

Tôi tâu rằng: "Thuở nay tôi không cản ai làm việc lành". Phán quan hét lớn rằng: "Ngươi quên sự cản khắc bản Ngọc Lịch sao? Ngươi hay nói nhiều chuyện nên trễ đậu tú tài đã mười năm và chết nhiều đời vợ; nếu còn nói điên như vậy, thì thấy chết yểu! Như biết ăn năn, nguyện khắc bản kinh, khuyên đặng ngàn người chừa lỗi làm lành sắp lên, thì tiêu tội trước, mà được phước sau". Ta giật mình thức dậy, mồ hôi đầm mình! Song còn nghi mộng mị không chắc. Vả lại nhằm dịp tết, bằng hữu rủ chơi bời, nên chưa lo khắc bản. Qua 27 tháng sau, ta thổ huyết hai búng, mệt xỉu! Thấy phán quan khi trước, mặt giận nạt rằng: "Ngươi mới ăn năn rồi cũng quên nữa, nay họa đến rồi!" Bữa sau tôi kêu hai người em mà nói các điềm ấy, nguyện ăn chay bảy ngày, mướn nhiều thợ khắc rút, mười ngày rồi bản này, khắc thêm sự mình in luôn cho người, xin thiện nam tín nữ rán khuyên đời ăn năn hoặc vẽ ra bức Thập điện theo trong kinh mà treo trên vách, ngó thấy mà giật mình, năng coi năng đọc Ngọc-Lịch mà sửa lòng chừa lỗi, làm lành lâu ngày thì có phước. Nếu chẳng tin, e phải bị gương tôi. Phan Quang Thọ ở huyện Tiền Đường đề.

19) Tiên Phật hay nói nhân quả, còn kẻ học nho hay chê

là dị đoan! Sao chẳng xét? Thích là Phật, Đạo là Tiên tuy dạy khác đạo Nho của thánh song cũng dạy người làm lành như nhau, nên **Tam Giáo như một**. Tôi xem hết cuốn Ngọc-Lịch, ý dạy cũng như sách Nho, mà nói rành rẽ dễ hiểu, không cần văn chương đối đáp, miễn cho đời dễ hiểu mà ở thì hơn, tới đám đàn bà con nít cũng nghe chung đặng nữa. Người đời ít kẻ văn học nên bảo ở nhân nghĩa trung hiếu thì mấy ai hiểu thấu mà làm, chi bằng Ngọc-Lịch nói sự báo ứng, làm điều chi được phước, ở làm sao thì mang họa, người thấy giật mình mà hồi tâm. Mới coi thì là lời khuyên răn, xét kỹ thiệt dạy đường đạo đức, phải là gìn lòng sửa nết cho nên người trung hiếu nhân nghĩa chăng? Như vậy thì công lớn lắm, có phải thua sách Nho đâu? Niên hiệu Gia Khánh 22 là năm Đinh Sửu, mùa Xuân ghi lời bạt (không đề tên).

KHUYÊN PHỤ ÍT LỜI

(cũng không đề tên)

Lành dữ người đã làm, phước họa trời không vị. **Biết lành đáng làm mà không làm, sao phải người lành? Biết dữ đáng chừa mà không chừa, thiệt là tội dữ!** Sự quả báo ai mà không hiểu? Sao lại không làm phải, cam tâm làm quấy mà chịu trầm luân! Người đời nhờ cơm mà sống nếu có hơi muốn thiu, thì đem đổ, có khi đạp cơm cháo cũng không sợ tội. Nếu kẻ ăn mày, đặng cơm cháo thiu ấy mà ăn, cũng sống đỡ một lát. Đồ ăn ngon vào bụng thì hóa đồ dơ, sao lại chê cơm nguội! Huống chi kẻ làm ruộng, gần bên lúa gạo cực khổ trăm bề, mình có mà ăn, lại hủy hoại như vậy, tội biết chừng nào? Họ ăn mì hay đổ nước, sao không nghĩ đồ vụn, cũng là cơm cháo, nếu là chừa cặn, thì tôi tớ nó đổ nơi chỗ dơ! Nếu không ăn nước, thì vớt mì vụn mà ăn cho hết. Nếu hủy hoại cơm cháo thực vật thái quá, e bị Lôi-công. Kinh nói cữ sát sanh, hoặc phóng sanh, là nói vật lớn; còn ta nhắc vật mọn cho đời nhớ. Người hay nuôi chim, như chim quyên nhồng sảnh keo két cưỡng sáo, các loài chim hay ăn trùng dế, cào cào, châu chấu v.v... thường ngày phải bắt vật các ấy mà nuôi nó kêu nó nói cho êm tai mà thôi, chẳng kể giết không biết mấy muôn ngàn mạng vật mọn mà nuôi nó, trong lương tâm đành đoạn hay sao? Còn người gọi ốc là rẻ nên hay ăn song thiếu chi vật rẻ tiền, mà phải ăn ốc? Một bữa ăn hơn vài trăm mạng! Đáng lẽ đã cữ, lại mua ốc mà phóng sanh, đặng chuộc tội trước. Còn ăn cá là thường, song những cá nhiều trứng, nếu trứng cá tươi, chưa vấy muối, để lâu cũng còn nở. Sao không dặn kẻ nấu ăn, nếu làm cá gặp trứng thì lấy bao đất mà bỏ xuống sông, mình nhín ăn một đũa mà phóng cả ngàn mạng cá con (ấy là lời ông Lữ-Đồng-Tân giáng cơ có dạy). Phóng sanh thế ấy khỏi tốn tiền mà phước lớn lắm. Nếu vì một miếng ăn mà chết trăm ngàn trứng cá sao đành, đầu vật mọn cũng vậy.

KHUYÊN ĐỪNG MÊ TỬU SẮC TÀI KHÍ

Rượu chớ uống nhiều, nhiều thì say, say thì hư việc cả.
Sắc chớ ngó nhìn, nhìn thì mê, mê thì mắc tội đầu.
Bạc chớ tập đánh, đánh thì tham, tham thì thâm vốn liếng.
Giận chớ làm dữ, dữ thì đánh, đánh thì bị lao tù.

(PHỤ): Kiêng rượu không say, giữ tánh thường.

Đừng mê hoa nguyệt, chẳng tai ương,

Không theo bài bạc, còn gia sản.

Giận tức mà dằn, họa khỏi vương (Hành tố).

TÍCH NGƯỜI KHÔNG TIN GIÁNG CƠ

Có người kia thấy thỉnh cơ thì không tin, nói bày đặt lên

giả. Lúc đó cơ lên xưng Ngọa Hổ tiên sanh. Va cười! Cơ viết bài thơ 8 câu, va thất sắc, quì lạy. Cơ nói nàng ấy đã thôi ở lầu xanh, có chồng rồi, ngươi đặt thơ gửi, âm phủ có lục bài thơ, ta thấy làm án nặng, viết cho ngươi sửa nết. **Y hoảng, vì mới đặt não chưa gửi mà Thần Tiên hay.** Năm sau y thác. Tám câu thơ y sau đây:

> Tử quỉ bay hoảng khóc tàn canh
> Đoái lại Chương đài cụm liễu xanh.
> Hoa nở có kỳ tằm ruột đứt,
> Mây tan không ngỡ bướm hồn đoanh (giấc điệp)
> Nhớ chừng ngỡ phớt xô khuôn cửa.
> Quá chén cười mơn nựng bức tranh.
> Còn ấp tì bà năm trước chẳng?
> Tầm Dương tình cũ trả lời rành?

BÀI THƠ KẾT:

> Trần làm gia chánh sách nêu danh:
> Hành thiện tu tâm tại học hành.
> Tố vị giàu nghèo dùng phải tố.
> Thanh liêm phận sự giữ cho thanh.
> Phước nhiều bởi dạ làm lành lắm.
> Đạo cả nhờ kinh giảng nghĩa rành.
> **Nhân đạo xong rồi Tiên đạo có.**
> Kỳ công chừa quá bước mây xanh.

PHỤ DỊCH

LỜI TỰA DƯƠNG-PHÁP-TRÌNH IN KINH NGỌC-LỊCH

Quan-Đế giáng bút tại đàn nhà Dương-Pháp-Trình, bảo in Ngọc-Lịch phải thêm 20 khoản hựu tội của Lữ Tổ xin phép Đại-Sĩ với Địa-Tạng mà giáng cơ và có các tiên giáng.

LỮ-TỔ PHỤNG SẮC GIÁNG BÚT
VÀ CHÚ GIẢI 20 KHOẢN

Ta là Thuần Dương đặt 20 khoản xin ân xá, nhờ Quan-Âm Địa-Tạng nhận lời tâu lại, nên truyền chỉ cho ta phải phụng chỉ Thế Tôn Như Lai truyền dụ 20 xá khoản. Nếu ai lương thiện, làm theo 20 khoản này, thì thành phật tiên thánh hiền. Nếu kẻ dữ, thấy 20 khoản này, thề cải ác, ở theo điều lệ đây, thì khỏi luân hồi trả quả. Ta giáng bút sau đây:

1. HIẾU: Con có hiếu với cha mẹ là điều lành trước hết, học trò có hiếu thì thi đỗ. Nếu ai bất hiếu thì trời phạt khốn khổ, tai nạn, chết tật bệnh, chết yểu (chết cách dữ). Dầu người tu tam giáo cũng vậy, hiếu thì siêu, bất hiếu thì đọa. Sự hiếu đã hết lòng phụng dưỡng, biết có cha mẹ chớ không biết có mình, phải cung kỉnh chịu lụy thiệt tình cho song thân đẹp ý. Nếu cha mẹ bất bình thì con mang bất hiếu.

2. KỈNH: Kính sợ trời phật thánh thần, nên không dám làm việc quấy, lòng kiêng sợ là kỉnh, không phải lạy cúng là kỉnh. Như kỉnh kiêng phép nước, không dám phạm phép luật, chớ không quì lạy.

*3. **TRUNG:** Như tôi ra trận, liều mình trả ơn chúa. Còn quan gián nghị can vua không tiếc mạng. Quan trấn thanh liêm, thương dân, mảng lo việc nước mà quên việc nhà, vì hết lòng hết sức. Tôi tớ phải hết lòng trung với chủ nhà. Bạn bè trung tín với chủ tiệm. Người thay mặt trung với chủ. Còn như tá điền lo lúa ruộng, dân lo xâu thuế nước, cũng gọi là trung (hết lòng).*

*4. **NGHĨA:** Làm sự phải lẽ, không làm trái lẽ, chẳng dám quên ơn, không làm việc quấy. Xử cho phải nghĩa là quân tử.*

*5. **THỦ:** Giữ bổn phận bền chí cho qua thời, không vì nghèo nàn mà đổi tiết. Phải thủ thân vì trọng, không dám làm cho hư thân thể mình, thủ khẩu không dám nói tổn đức.*

*6. **NHẪN:** Nhịn dẫn thì được phước khỏi họa. Như Lâu-Sư Đức, Trương-Công-Nghệ, Lưu-Khoan. Nếu không nhịn, thì chẳng hòa.*

*7. **ĐOAN:** Ngay thẳng, một sự ngay thẳng thì không tội. không nhập bọn tà vạy, cứ chính trực công bình, sẽ thành thần thánh.*

*8. **PHƯƠNG:** (Vuông): ở có mực thước, làm việc vuông tròn.*

*9. **NHÂN:** ở có nhân là hay thương xót, chẳng nỡ hại người hại vật, mình no mà người đói không đành, hay làm ơn phước.*

*10. **HẬU:** ở có hậu, thì không vong ân bạc nghĩa, không khắc bạc ai hết. Người có ân hậu là người hiền lành lắm.*

*11. **BẤT KIÊU BẤT TRÁ:** Chẳng kiêu chẳng gạt: giàu cũng không khoe khoang, giỏi cũng không kiêu ngạo. Châu Công là bậc thánh, làm ngự đệ mà còn chẳng dám kiêu. Kiêu như Thạch Sùng, giàu cũng mắc họa. Còn không dối thì là chân thật, chẳng gạt ai, chẳng thất ngôn thất tín thì khỏi phạm* *vọng ngữ, chân thật mới thành.*

12. BẤT THAM BẤT SÂN: *không tham không giận. Tham thì sanh giận, giận thì sanh dữ, nên tam giáo đều cấm hai điều ấy. Quan-Âm nói: "Sân thị tâm trung hỏa, năng thiêu công đức lâm, dục hành Bồ Tát đạo, nhẫn nhục hộ chân tâm.*

Thích nôm:

> *Giận thiệt lửa trong lòng,*
> *Thiêu hết rừng công đức.*
> *Muốn hành đạo Bồ-Tát,*
> *Dằn nhịn dạ như không.*

13. BẤT KHÍ BẤT VÕNG: Không dối, không ngang. *Không dối thì lòng công, không ngang thì khỏi phạm thượng, giữ tính khiêm nhường.*

14. BẤT TÀ BẤT DÂM: *không vạy, không tà dâm. Lòng không chánh là tà, không phải thê thiếp mình, mà muốn là tà dâm (dâm ác) chẳng nên thấy sắc tốt mà sanh lòng tà dâm vọng tưởng.*

15. TƯƠNG THÂN TƯƠNG MỤC: *Thương nhau, hòa nhau. Lòng thân là tưởng không ghét ai, hòa là không gây tụng với ai. Coi bốn biển như một nhà, coi thân ai như thân nấy, thương người như thể thương ta.*

16. ĐỒNG THIỆN ĐỒNG THÀNH: *Mình lành khuyên người làm lành, mình thiệt tình, khuyên người thiệt tình cũng hết lòng thành như mình.*

17. HÓA KỶ HÓA NHÂN: *Sửa mình cho thành đức, rồi lo dạy người, sửa người đặng đức hạnh như mình, không tiếc công dạy.*

18. HÓA ĐẠO HÓA NGHĨA: *Giữ theo đạo luân hồi, xử cho phải nghĩa, hay trượng nghĩa giúp người, nhất là bằng hữu sửa lỗi nhau.*

19. QUẢNG KHUYẾN QUẢNG HÀNH: *Rộng khuyên, rộng làm. Mình khuyên người làm lành làm phải, mà mình cũng làm ơn làm phước cho nhiều.*

20. VÔ PHI, VÔ THỊ: *Không sanh việc thị phi. Nếu lòng ở công, không phân người phân ta, nói người phải mình quấy, thì không sanh việc thị phi.*

Nên giữ được 20 điều ân xá thì siêu.

ĐỊA-TẠNG-VƯƠNG BỒ-TÁT GIÁNG BÚT
(tựa Công-Quá-Cách)

Người đời không cho con học chữ nho, nên không thông đạo lý. Cứ tưởng cúng chùa dâng hương là lành, rước sãi thầy tu tụng kinh làm chay thì siêu độ vong hồn đặng! Các điều ấy có phải làm lành làm phước đâu? Làm lành là làm phải lý, lại khuyên người làm phải, thì Trời xuống phước. Ta thấy người đời ở với cha mẹ không hiếu gì, cha mẹ mãn phần thì nói: "Sa địa ngục rồi! Phải rước sãi làm siêu độ!" Các sãi bày ra làm mị, như gửi kho vàng bạc, phá ngục, bong đầu phướng đặng tiếp dẫn vong hồn lên Tây Phương. **Có lẽ gì thọc cây tre mà phá đặng địa ngục?** Nếu quả như vậy, thì kẻ giàu sang làm dữ, thác rồi con cháu rước đông sãi tụng kinh niệm phật thì vong ra khỏi ngục sao? Người hiền lành mà nghèo, không tiền rước sãi làm như vậy, thì không ra khỏi ngục sao? Như vậy trời đất cũng vị nhà giàu mà hà hiếp nhà khó hay sao?

Còn như Phật ở Tây Phương, công đâu mà vị nhà có tiền phải cứu vớt? Tâm là Phật, tâm là thiên-đường, lòng lành thuận lòng trời thì cầu vong khỏi tội, lòng chẳng lành nghịch lòng trời thì cầu không đặng. **Nếu không làm phước cứ mỗi ngày rước thầy tụng kinh cầu siêu hoài, Phật muốn cứu cũng không lẽ cứu được.** Ta cũng là Phật lẽ đâu không hiểu phép.

Làm lành tuy không cầu Phật mà Phật cũng phù hộ. Nếu làm dữ, có lạy Phật cho đến sói đầu, cầu cũng không đặng. Ta khuyên đời nghe lời ta, cứ ở theo luật Công-Quá-Cách, đừng làm các điều dị đoan trái lẽ, tuy chẳng cầu ta cũng độ vong, không cần rước sãi.

VĂN-ĐẾ BÁ-TỰ-MINH (GHI TRĂM CHỮ DẠY ĐỜI)

Quả dục tinh thần sảng	Dục ít tinh thần khoẻ.
Đa tư huyết khí suy,	Lo nhiều khí huyết phai.
Thiểu bôi bất loạn tánh.	Vài chung khôn loạn tánh.
Nhẫn khí miễn thương tài.	Một nhịn khỏi hao tài.
Quí tự tân cần đắc.	Sang tại siêng năng, đỗ.
Phú tùng kiệm ước lai.	Giàu nhờ tiện tặn dai.
Ôn nhu chung hữu ích.	Dịu mềm sau có ích.
Cường bạo tất chiêu tai,	Hung dữ sẽ mang tai.
Thuận xử chơn quân tử.	Khéo xử nên quân tử,
Khiêu toa thị họa tai.	Xui mưu rấm họa tai.
Am trung hưu sử tiễn.	Chốn thầm đừng bắn lén
Quai lý phóng ta ngai.	Cảnh nghịch giả ngây hoài.
Dưỡng tánh nghi tu thiện	Tánh tốt gìn tam thiện.
Khi tâm mạt ngật trai,	Lòng gian uổng thập trai.
Nha môn hưu xuất nhập	Nha môn đừng kiện cáo.
Hương đảng yếu hòa hài.	Làng xóm chớ chê bai.
An phận thân vô nhục.	Bổn phận nương cơ tạo.
Nhàn phi khẩu vật khai.	Thị phi lấp lỗ tai.
Thế nhơn y thử khuyến.	Lời này ai giữ đặng.
Nạn thối phước tin hồi.	Nạn khỏi phước lâu dài.

ĐƯƠNG THỦ TRAI KỲ
(Một năm ăn chay 61 ngày vía lớn)

Bốn ngày tháng giêng: mồng 1, lệ tế Trời và vía Phật Di Lạc, (vái...) Mồng 8 vía Ngũ điện Diêm La Vương (vái ăn năn làm lành như mồng 1). Mồng 9 vía Ngọc-Hoàng Thượng-Đế (vái cải quá...) Rằm Thiên-Quan Đại-Đế.

Sáu ngày tháng hai: Mồng 1 vía Nhất-Điện Tần-Quảng Vương (nguyên y Ngọc lịch). Mồng 2 vía Thổ-Địa Chánh-Thần. Mồng 3 vía Tử-Đồng Văn-Xương Đế-Quân. Mồng 8 vía Tam Điện Tống-Đế-Vương (vái...). Rằm vía Thái-Thượng (tụng Cảm ứng), Nhạc nguyên soái. 19 Quan âm, (tụng Phổ Môn cứu khổ, Cao vương).

Sáu ngày tháng ba: Mồng 1 vía Nhị-Điện Sở-Giang-Vương (vái...). Mồng 2 Chơn-Võ Huyền-Thiên Thượng-Đế (nguyện tụng kinh Báo ân). Mồng 8 vía Lục-Điện Biện-Thành-Vương (vái...). Rằm Lôi-Đình Đại-Tướng. 16 vía Chuẩn-Đề Bồ-Tát. 27 Thất-Điện Thái-Sơn-Vương, 28 Đông-Nhạc Đại-Đế.

Năm ngày tháng tư: Mồng 1 Bát-Điện Bình-Đẳng-Vương (vái...). Mồng 8 Cửu-Điện Đô-Thị-Vương (vái...). 14 Lữ Tổ, Rằm Thích-Ca Như-Lai (tụng Kim cang). 17 Thập-Điện Chuyển-Luân-Vương (vái...).

Sáu ngày tháng năm: Mồng 1 Nam-Cực Tiên-Ông. Mồng 5 Lôi-Đình Đặng-Thiên-Quân, 11 Đô-Thành-Hoàng. 13 Quan Thái tử, (14, rằm 2 ngày cấm phòng).

Bốn ngày tháng sáu: Mồng 1, rằm, 19 Quan-Âm thành. 23 Quan-Đế Linh-Quan.

Bốn ngày tháng bảy: Mồng 1 ngày sóc. Rằm Địa-Quan Đại-Đế. 18 Diêu-Trì Tây-Vương-Mẫu. 30 Địa-Tạng-Vương (vái...).

Bốn ngày tháng tám: Mồng 1 Diệu-Tế Chơn-Quân, Mồng 3 Táo-Quân (tụng kinh..) Rằm Thái-Âm Hoàng-Hậu (tụng Thái Âm). 24 Táo Mẫu (bà Táo) tụng kinh ông Táo.

Bốn ngày tháng chín: Mồng 1 Nam-Đẩu. Mồng 9 Phong Đô Đại-Đế, 13 vía Mạnh Bà. Rằm ngày vọng.

Năm ngày tháng mười: Mồng 1 Đông-Hoàng Đại-Đế. Mồng 8 Chư Phật hội Niết-Bàn (phóng sanh). Mồng 10 ngày cấm phòng. Rằm Thủy-Quan Đại-Đế. 30 Châu-Tướng-Quân (ông Châu).

Bảy ngày tháng mười một: Mồng 1 ngày sóc. Mồng 4 Khổng-Tử Thánh-Nhân. Mồng 6 Tây-Nhạc Đại-Đế. Rằm ngày vọng. 17 A-Di-Đà Phật (tụng Di-Đà). 19 Thái-Dương (tụng kinh Thái-Dương), 23 Trương-Tiên (Phàm vía này, vía Linh quan Thái Tử, ông Châu, vía ông Quan-Đế, đều tụng kinh ông Minh Thánh Vĩnh Mạng).

Sáu ngày tháng chạp: mồng 1 ngày sóc. Mồng 8 Thích Ca. Rằm ngày vọng, 23 đưa ông Táo chánh vía. 24, 30 chư Phật giáng thế.

Tháng nào thiếu, 29 thế 30. Tháng nhuần tính theo tháng trước.

Nếu ai ăn chay vía trước nhiều không nổi, thì giữ chay này.

BÀI SÁM HỐI QUÁ, TIÊU TỘI NHẬT KỲ

Trần Huyền Trang là thầy Tam Tạng thỉnh kinh Tây Phương về, có dâng sớ cho vua Đường Thái Tôn, mỗi tháng có một ngày nhằm giờ lạy sám hối cho nhằm hướng chư phật hội nghị. Vái nguyện ăn năn chừa lỗi cũ và nguyện làm phước mới cho tiêu tội. Chẳng phải lạy không mà trừ tội đặng. Phật *c*ho hối quá tùng thiện.

Tháng giêng, tảng sáng ngày mùng 1, lạy hướng nam 4 lạy, vái.

Tháng 2, mùng 9, 5 giờ sáng, lạy hướng nam 4 lạy, nguyện.

Tháng 3, mùng 7, 10 giờ tối, lạy hướng tây 4 lạy, nguyện.

Tháng 4, mùng 8, tối 10 giờ rưỡi, lạy hướng đông 4 lạy, nguyện.

Tháng 5, mùng 3, mặt trời lặn, lạy hướng đông 4 lạy, nguyện.

Tháng 6, mùng 7, tối 10 giờ rưỡi, lạy hướng nam 4 lạy, nguyện.

Tháng 7, mùng 6, mặt trời lặn, lạy hướng đông 4 lạy, nguyện.

Tháng 8, mùng 8, đứng bóng, lạy hướng nam 9 lạy, nguyện.

Tháng 9, mùng 9, đứng bóng, lạy hướng nam 9 lạy, nguyện.

Tháng 10, mùng 1, đứng bóng, lạy hướng nam 9 lạy, nguyện.

Tháng 11, mùng 3, đỏ đèn, lạy hướng tây 9 lạy, nguyện.

Tháng 12, mùng 3, mặt trời lặn, lạy hướng tây 9 lạy, nguyện.

Ngày ấy ăn chay niệm thầm: **Nam Mô A-Di-Đà Phật**, đặng mấy câu lạy mấy câu. Chừng lạy, thắp nhang ba cây, cắm trên lư hương, nhắc ghế (bàn) để ngay hướng đó, có đèn cũng đủ, trà quả tự ý, không ngơ cũng được. Bận áo dài, đứng chắp tay niệm 6 chữ Di-Đà 100 câu, ít nữa 10 câu. Rồi vái tên họ mình ngày nay nguyện cải ác tùng thiện, ở theo Công-Quá

Cách, cầu tiêu tội cũ, mà nhờ phước trời phật thánh thần cho, rồi lạy y số. Tàn hương, dẹp bàn ghế, niệm phật. Làm được như vậy ba năm, thì cảm động bề trên, trong nhà bình an, tai qua nạn khỏi, làm hoài chung thân, sống được phước, thác khỏi tội. Cũng như đặt bàn lạy vía Thập Vương, lạy Thập Vương cứ hướng Bắc.

VĂN-XƯƠNG ĐẾ-QUÂN GIÁNG CƠ DẠY CẦN GẤP

Ta đã thấy chiếu chỉ Thượng-Đế ban cho Bắc-Đế (Huyền Thiên Thượng-Đế) nội tháng chạp, dẫn âm binh đi tra xét tội bất hiếu mà phạt, có hiếu hưởng phước, là xét các mồ mả tử tế, thì tra coi con cháu là tên họ gì mà lo cho cha mẹ ông bà, thì hưởng phước lộc thọ gọi là thưởng thiện (hiếu). Nếu mả nào hoang lạnh, tồi tệ, bỏ bê thì tra ra con cháu bất hiếu, thì phạt tai họa, bệnh hoạn, nghèo khổ, thác yểu. Tùy theo hư nhiều ít; mà phạt nặng nhẹ. Tại con cháu không biết cội rễ, nên phạt gia đạo không an. Vì Huyền-Thiên Thượng-Đế là giáo chủ việc báo ân, nên xin thưởng có hiếu và phạt bất hiếu. Nên ta cho đời hay trước mà giữ.

KHẮC BẢN NGỌC-LỊCH, THỈNH TIÊN CHO TỰA
Lữ-Tổ giáng bút:

Người đời làm dữ thái quá, nhờ ơn Địa-Tạng truyền chỉ Phong-Đô, Thập-Vương dọn Ngọc-Lịch, xin chỉ Thượng Đế, ban phát trung giới cho người ăn năn chừa lỗi, làm phước đền tội. Lúc đời Tống, nhằm nước Liêu niên hiệu Thái Bình năm Canh ngũ, sãi nước Liêu là Đạm Si lãnh về, giao cho Phạm Nhứt Chơn là Vật Mê đạo nhân truyền cho đời. Sau ta đã dọn 20 khoản xin chỉ ân xá, giáng bút đem vào sau Ngọc-Lịch. Thượng-Đế truyền chỉ các thành hoàng mỗi ngày Canh Thân sai du thần đi xét những người tin Ngọc-Lịch ăn năn chừa lỗi làm lành, thì cho tiêu tội, ai khắc bản in thí thì cho phước, có bệnh hứa in mà cầu tiêu bệnh lượng theo số mà cho. Bất luận cầu việc chi, cũng cho nguyện in thí Ngọc-Lịch cho nhiều thì đặng. Nay khắc bản thêm, xin ta cho tựa ta nói thêm ít lời. Sự thiên đường địa ngục rõ ràng, đừng nghi không có, cứ làm dữ mà mang khổ. Y theo Ngọc-Lịch, ăn năn chừa lỗi, làm lành làm phước chuộc tội, công lớn thì theo tiên phật thánh thần, dư phước đức con cháu được hiển vinh miên viễn. Lành ít sau khỏi sa địa ngục, đầu thai hưởng phước. Khuyên đời chớ hồ nghi.

LIỄU-TIÊN GIÁNG CƠ TỰA CHÓT

Thượng-Đế cho tựa kinh này là Từ-Ân Ngọc-Lịch, nghĩa là như lịch ngọc thường ngày xem, ban ân xá, tha tội kẻ ăn năn. Nếu làm một phước cho trừ hai tội cũ. Làm dư phước thì Táo Quân tâu thưởng nhiều sự may mắn,v.v...

HỒI DƯƠNG BIÊN HOẶC

Trào Thanh Nhơn-Quả Hồi-Dương,
Tự-Kỳ tâu hỏi, Minh-Vương phán rành:
Là vua Nhất điện U Minh (Tần-Quảng-Vương)
Dạy việc tu hành chỉ nẻo siêu thăng:
"Ngũ luân là đạo lễ hằng,
Tam cang, huynh đệ, hữu bằng năm phe,
Thảo, ngay, chồng bảo vợ nghe,
Anh em yêu mến bạn bè thiệt tin.

1. TRUNG:

Làm quan trung với triều đình,

Quên nhà vì nước, quên mình vì dân,
Công bình chẳng vị tư ân,
Xứng ngôi chức phận, vẹn phần thanh liêm.
Còn như dân dã trọn niềm:
Lo xong xâu thuế, giữ nghiêm luật điều.
Gìn lòng trung tín mến yêu,
Không lời phạm thượng, giữ điều tôn quân.
Khuyên người noi đạo Ngũ luân,
Sửa nền phong hóa, dạy lần ngu ngoan.

2. HIẾU

Cha con đứng giữa tam cang,
Đạo làm cha mẹ, dạy đàn trẻ thơ.
Đừng cho hoang đảng bạc cờ,
Nông thương nghề nghiệp, thi thơ học hành.
Cưng hư thời uổng công sanh,
Dạy nên là việc tu hành với con.
Làm con chữ hiếu vuông tròn,
Một lo thi đỗ, tông môn rỡ ràng.
Hai lo thần tĩnh mộ khan,
Giàu ra công khó, nghèo càng dưỡng nuôi,
Kính thờ cha mẹ đồng vui,
Hết lòng hết sức, lo nuôi lo đền.
Thân mình cha mẹ gầy nên,
Giữ cho toàn vẹn, như đền cù lao.

3. HÒA:

Thứ ba chồng vợ làm sao?
Chồng ra xử thế, vợ vào tề gia.

Giàu nghèo cũng ở thuận hòa,
Xướng tùy phải đạo, vào ra giữ lời.
Phần chồng dạy vợ ở đời,
Làm dâu vẹn thảo, đãi người trọn ân.
Bạn dâu hòa thuận mười phần,
Bà con yêu dấu, xa gần ngợi khen,
Lòng chồng chớ ở bạc đen,
Nhan sắc là hèn, đức hạnh là hơn.
Chớ mê tiếng quyển tiếng đàn,
Cũ vong mới chuộng, đèn hơn trăng lờ.
Đàn bà giữ vẹn một thờ,
Tháng đợi năm chờ, chồng chúa vợ tôi.
Kính chồng, hiền đức vô hồi.
Sắt cầm hoà thuận, đắp bồi gia cang.

4. ĐỄ:

Thứ tư huynh đệ yêu đương,
Ấy là chữ đễ, cũng ngang chữ hoà.
Thịt xương một chỗ mà ra,
Anh dầu bị khổ, em đà chẳng an.
Em may anh nở lá gan,
Anh mà đau nhức, em càng xót xa.
Anh em yêu mến thuận hoà,
Mẹ cha đẹp ý, ông bà mát gan.
Mồ côi càng chạnh trăm đàng,
Nhìn xem thủ túc, mơ màng xuân huyên.
Thương anh như mến cha hiền,
Nếu phiền huynh đệ, như phiền mẹ cha.
Anh em ai dẫu bất hoà,
Bị người đánh chửi, cũng ra bênh liền.
Bởi vì thiên hiệp tự nhiên,

Anh em cha mẹ căn nguyên tại trời.
Trời xanh không thế đổi dời,
Khó tìm cha mẹ, không rời anh em.
Vợ, con, người chọn mắt xem,
Nối đây dễ quá, sanh thêm khó gì?
Ấy là nhơn hiệp lạ chi,
Chớ khinh huynh đệ mà vì vợ con.
Mẹ cha anh chị vuông tròn,
Anh em bậc nhất, vợ con bậc nhì.

5. TÍN:

Thứ năm bằng hữu trọn nghì.
Giúp dùm sửa lỗi , yêu vì khuyên nhau.
Nội nhà ngộ biến lòng đau,
Có khi bằng hữu giúp nhau được toàn.
Việc nhà khó nổi trở đang,
Có khi bằng hữu giúp can đặng hòa.
Vậy nên chỉ tín đừng ngoa,
Càng lâu càng mặn, rán lo rán dùm
Chọn người tài đức yêu dùng,
Khuyên lơn làm phải, chung cùng giúp nhau
Năm điều vẹn giữ trước sau
Tu ròng ngũ đạt, đạo mầu nhất tâm
Năm điều giữ vẹn chẳng lầm.
Thì là hành đạo phải tầm kiếm đâu?
Trẫm đà truyền đủ đạo mầu,
Người khuyên thiên hạ rán tu cho thành,
Ấy là chánh pháp tu hành,
Tại gia cũng đủ bao đành xuất gia.
Gái trai lớn bé trẻ già,

Sang hèn giàu khó đều là phải tu.
Gồm tam giáo: Thích, Đạo, Nho,
Ai tu cũng đặng người tu thời thành.
Làm người tùy sức tu hành,
Cảnh nào cũng vậy lòng lành bấy nhiêu.
Tuy giàu như khó, chẳng kiêu,
Dầu nghèo như khá, chẳng điều gian hung,
Ở đời biết xét hay dung,
Trị nhà nhẫn nhịn, đủ dùng tu thân,
Sự nào mình phải mười phần,
Xét ra còn lỗi một phân sửa liền.
Việc chi người quấy cả thiên,
Tìm ra lẽ phải không phiền chấp chi.
Siêng làm ra của khó gì,
Biết lo tiện tặn, mấy khi nghèo nàn.
Gốc là Hiếu Đễ giữ ràng,
Thảo cha kính mẹ, yêu đang ruột rà.
Ở đời phương tiện mới là,
Người lo chẳng tiện, ta thà giúp phương.
Làm lành là gốc thiên đường,
Tùy cơ bố thí chánh phương tu hành.
Trọn đời như vậy là lành,
Công đầy quả đủ thì thành chẳng ngoa.
Ăn chay niệm phật thêm lòa,
Bằng không cũng đặng theo khoa thánh thần.
Tự Kỳ còn ngại tâu rằng:
"Khó bề bố thí, vì thân nghèo nàn!"
Tần-Quảng-Vương phán rõ ràng,
"Nhiều phương bố thí, lắm đàng tế nhân.
Trừ ra túng ngặt cơ bần,
Mình đành thí của, cứu lần gian nguy.

Chớ như đói khát một khi,
Bữa cơm bát nước, tốn gì bao nhiêu?
Người đời lo sợ chít chiu,
Mình khuyên bớt ngại cũng điều tế nhân.
Người mê lầm lỗi cõi trần,
Mình khuyên tu niệm đặng phần siêu thăng.
Giúp điều phương tiện bủa giăng,
Ra công mỏi miệng, cũng bằng thí thiên.
Người gây tụng, kẻ thù riêng.
Giải hòa thôi kiện, răn khuyên hết rầy.
Tuy nghèo thương chúng chẳng khuây,
Cũng là bố thí lựa chi có tiền"
Tự Kỳ còn ngại tâu liền:
"Sãi gọi tu thiền, niệm phật ăn chay".
Đức vua Tần-Quảng phán ngay:
"Bày ra niệm phật ăn chay sửa lòng
Ăn chay không ích Thế-Tôn (Thích ca).
Công chi với phật, mà hòng ỷ chay?
Dẫu cho niệm phật đêm ngày,
Ích chi cho chúng, rằng hay tu hành?
Phép tu gốc tại làm lành,
Đừng vương việc dữ thời thành xưa nay
Dẫu cho niệm phật ăn chay,
Tránh lành làm dữ, tội đày đọa sâu.
Mới giam mấy sãi chẳng lâu,
Hòa thượng khẩn cầu, niệm phật ăn chay!
Lòng chẳng tịnh, tính không ngay,
Mãn đời niệm phật, ròng chay cũng cầm.
Ngũ luân tu nhất chẳng lầm,
Ăn chay bố thí, niệm thần thứ hai
Thí tại tâm, chẳng tại tài,

Lòng chay khó lắm, miệng ngoài khó chi
Một đồng nhà khó thí đi,
Phước ấy dám bì giàu thí một thiên
Giàu sang một bữa chay tuyền,
Cũng bằng nhà khó chay liền một trăng.
Vì suy chỗ khó làm căn,
Khó mà làm đặng, thiệt rằng lòng tu".

GIÁC MÊ DIỄN CA

Từ mở mang trời đất những nay,
Cũng có cuộc tang thương canh cải.
Ngươn ba ngươn tuần huờn dựng lại.
Hội mười hai cho đủ mới rằng.
Cõi hồng trần còn hỗi lăng xăng,
Người lành phải chịu bề cay đắng,
Chữ tâm đạt thì lòng phải gắng,
Muốn lên bờ phải thoát bến mê,
Học Phật gia niệm chữ từ bi,
Tu Tiên đạo giữ câu cảm ứng.
Trung thứ này cho là bằng chứng,
Phật Thánh Tiên tam giáo một lòng,
Dọn chông gai đường cả mới thông,
Chịu tân khổ gọi là thượng trí
Người trượng phu phải gìn tam qui,
Đứng anh hùng đừng bỏ cửu tư,
Đạo Tiên Thiên lập đảnh an lư,
Hạng cũng có trong hư ngoài thiệt.
Tánh tòng bá phải y một tiết,
Nếu đổi dời khổ đọa trầm luân.
Nhắn với ai qui giới phải tuân,
Một phen khổ muôn đời thong thả,

Nợ tiền khiên buổi này phải trả,
Nợ trả rồi vật ngoại thảnh thơi
Mặc dầu trong trời đất vui chơi,
Năm hồ rộng thần tiên thú lạ.
Muốn nên mình phải bền chí cả,
Công cho dày thì quả mới cao.
Dốc lòng đền chín chữ cù lao,
Hành chánh đạo dương danh hậu thế.
Ấy vậy mới tứ ân bất phế.
Hỡi đạo người đừng bỏ nghĩa nhân,
Làm sao cho tiệp thủy đăng sơn.
Như Hầm-Cốc cùng ông Tương-Tử,
Công danh lợi thì mình phải xử.
Cuộc phù hoa nhắm cũng cheo leo,
Tần Thủy Hoàng tiếng hỡi còn nêu,
Thâu lục quốc phàn sơ khanh sĩ,
Núi Thú dương Di Tề danh để.
Giữ một lòng tiết nghĩa mà thôi,
Làm chi cho Tần Ngụy cao ngôi,
Thanh sử tạc muôn đời cho tệ.
Đậu yên sơn ngũ chi đơn quế,
Bởi vì chàng cải quá tự tân,
Người đời biết lấy đức tu thân,
Đừng học thói vua Tần bất nghĩa,
Trắc ẩn chi tâm tùng thiên lý,
Nỡ lòng nào giết vật cho đành.
Người úy tử vật lại tham sanh,
Gẫm người vật máu xương không khác.
Thấy thửa sống không đành thửa thác,
Lời Mạnh Kha sách để hẳn hòi,
Xin hiền lương xét lại mà coi,

Sao là phải, sao là chẳng phải.
Sách có câu quá nhi tất cải,
Tử Lộ xưa nghe lỗi thì mừng,
Võ Vương làm thiên hạ chi quân,
Còn phải văn thiện ngôn tắc bái,
Nói ra thì tai nghe cũng trái,
Bởi vì nhân sự cách thiên cơ.
Việc thị phi tai phải làm ngơ,
Học Nhan-Tử đai cơm bầu nước.
Đạo muốn cao tỏ đường sau trước,
Cách chỉ mành nào có xa đâu.
Cõi nam đà mở rộng cửa lầu,
Đèn trí huệ hào quang chói hiện.
Thuyền Bát-Nhã nghinh ngang bốn biển,
Nước Ma-Ha rửa sạch ba lòng.
Rượu Quỳnh Hoa mời khách tây đông,
Ngựa không bóng rước người Nam Bắc.
Máy sau lưng xảy bày trước mặt,
Lửa bên nồi nấu khắp non sông.
Muốn cho thấy đặng Chủ-Nhân-Ông,
Non vô ảnh an tâm mới hãn.
Trong hang thần đừng cho gián đoạn,
Độc mộc kiều có gã Quỳnh nương.
Cõi nê hoàn mua rượu Quỳnh tương,
Đặng một chén uống thời bất lão.
Việc tu hành phải suy mùi đạo,
Nếu bơ thờ quả vị khó trông.
Tiếng đàn thì tai lóng cho thông,
Chơn như thể giai không ngũ uẩn.
Thập tam ma khuyên đừng lấp lửng,
Gươm huệ mài trừ nó mới an.

Giảng cho thông tứ cú kim cang,
Thời mới thấy bổn lai diện mục,
Tuy sắc thân hỡi còn ở tục,
Lòng cho riêng mới gọi là thần,
Ai còn mang những thói tham sân,
E không khỏi luân hồi lục đạo,
Họa phước vô môn nhơn tự triệu,
Muốn hi hiền phải liễu phàm tâm,
Đạo Như Lai vô thượng thậm thâm,
Biển cho lặng minh châu mới hiện,
Ngọc cửu khúc gắng công giồi luyện,
Tầm thư hùng hái thuốc non nam.
Mười hai giờ huyền hộ phải tham,
Thiên giao thái pháp luân thường chuyển.
Hùm trên non rồng kia xuống biển.
Đầy ba xe chở những vàng ròng,
Làm sao rằng lôi phục thiên phong.
Buông sáu hiệp thâu vào lại gắn.
Thuốc ba phẩm công phu luyện chính
Muốn đơn thành văn võ phải toan,
Ai dốc lòng đến núi linh san
Đóng sáu cửa cho bền then khóa.
Cửu cửu ma thử lòng vàng đá.
Ấy mới rằng biết giả biết chơn.
Thầy Huyền Trang tiệp thủy đăng sơn.
Trải tám mốt Lôi Âm mới tới.
Lòng bồ đề không dời không đổi.
Tánh yêu ma còn tiếc nhục phòng,
Bởi vì trong qui giới chưa thông.
Căn duyên nợ năm dây khó dứt,
Đạo muốn cao phải bồi chí đức,

Đạo đức toàn quỉ phục thần khâm.
Trời đâu mà có phụ đạo tâm,
Nghiệm kim cổ người lành mắc nạn.
Việc tu hành phải soi cho rạng,
Nếu không minh ắt chẳng đắc thành,
Đạo Phật Tiên có chí thì thành,
Người bao nở thủy cầu chung đãi.
Nương pháp thuyền mà qua khổ hải.
Sóng muôn trùng còn đoái làm chi.
Bền một lòng niệm chữ A-Di
Sau cũng đặng thảnh thơi muôn kiếp.
Máy quang âm lẹ thoi như nhíp,
Người trăm năm chẳng khác chiêm bao.
Cõi bờ này sóng bủa lao xao,
Cuộc danh lợi gẫm như bọt nước,
Đọc sách kinh nhớ người đời trước.
Ông Thạch-Sùng giàu có muôn xe.
Qua đời này tiếng hãy còn nghe,
Sao chẳng thấy trường sanh thọ hưởng.
Hàn Tín xưa mưu thần chi tướng.
Cũng chưa nên mười mặt phô trương,
Người ở đời lấy đó mà răn,
Kim như thị cổ hà như thị.
Xử thế phải biết liêm biết sỉ,
Tu thân thời vô lự vô tư,
An một lòng mao ốc thảo lư.
Đừng học thói chiêu Tần mộ Sở.
Đường Huỳnh-Đạo Trời đà rộng mở.
Khách Tây Du sớm nhớ quày đầu.
Kiếp duyên khương sáu vạn dư niên,
Vâng thiên mạng kíp truyền y bát.

Sông Ái-Hà khuyên người kíp thoát.
Khỏi lưới trần Cực-Lạc cũng xinh.
Cuộc diêm phù nhiều nỗi nhục vinh.
Không lại có, giàu sang dời đổi.
Thú thảnh thơi màu thoàn quen dõi.
Đất Bồ-Đề sớm tối xuê xoang.
Chữ lợi danh sao sánh chữ nhàn.
Cửa Bát-Nhã vào ra thong thả.
Trống Đại-Hùng đà thâu ý mã.
Chuông Linh-Sơn tỏa khắp tâm viên.
Ngọc Mâu-Ni há dễ khinh truyền.
Kinh Bạch-Tự dám đâu vọng tiếc.
Địch không lỗ có duyên mới biết.
Đàn không dây vô phước khó nghe.
Rượu đề hồ chứa để đầy ve.
Say một cuộc bất tri nhân sự.
Ngâm chỉ huyền say cùng ông Lữ.
Đọc tỉnh mê say với ông La.
Kinh Huỳnh-Đình rảnh đọc năm ba.
Vô bồng tháp buồn xem tạo hóa.
Ngó Nam lãnh vui màu tòng bá,
Nhìn Bắc Hà rùa cá nhởn nhơ.
Chốn đơn phòng bày tỏ huyền cơ.
Mặc dầu kẻ ngộ cùng không ngộ.
Có duyên gặp Tam-Kỳ Phổ-Độ.
Muôn đời còn Tử phủ nêu danh,
Ba ngàn công quả đặng viên thành,
Đơn thơ chiếu hiển vinh thiên tước.
Chín phẩm sen vàng khai thấy phật.
Cửu huyền thất tổ đặng tiêu diêu.
CHUNG

NHỨT ĐIỆN

Vua Tần-Quảng cầm sổ sống thác

PHƯỚC

Lượm giấy chữ, đốt ra tro bỏ chảy dòng sông và in kinh sách khuyến thiện thì đặng phước.

NHỨT ĐIỆN

Vua Tần-Quảng cầm sổ sống thác

TỘI

Tội nhiều, bị quỉ dẫn đến đài Nghiệt-Cảnh soi kiếng, biên các tội lỗi theo như ở trong kiếng ứng ra, rồi các điện cứ do đó mà hành hình. Ăn tiền, tụng kinh thiếu, phải ở sở bổ kinh tụng cho đủ. Liều mạng đổ tội cho người hiền, phạt làm ngạ quỉ (ma đói).

NHỊ ĐIỆN

Vua Sở-Giang coi Đẳng-Hượt Đại Địa-Ngục

PHƯỚC

Thí tiền, thí thuốc, thí cơm cháo thì đặng phước.

NHỊ ĐIỆN

Vua Sở-Giang coi Đẳng-Hượt Đại Địa-Ngục

TỘI

*Phạm tội loạn luân, bị cắt (thiến) thận. Làm quan tính kế đảo điên,
ăn hối lộ, bị nhốt trong hỏa xa. Đêm vắng toan mưu dối, bị cát mây
đen đè mình. Xúi trẻ thơ làm lỗi, bị cầm trong ngục giá lạnh.*

TAM ĐIỆN

Vua Tống-Đế coi Hắc-Thằng Đại Địa-Ngục

PHƯỚC

Bắc cầu, sửa đường cho thiên hạ đi thì đặng phước.

TAM ĐIỆN

Vua Tống-Đế coi Hắc-Thằng Đại Địa-Ngục

TỘI

Giết người lấy của, bị cọp xé thây. Đoạt thơ của người, bị bắn.
Gian dâm, bị gươm chém, giáo đâm, đao mổ. Hung bạo đốt
nhà, bắn săn, bị trói vào cột đồng Bào-Lạc đốt đỏ mà chà xát.

TỨ ĐIỆN

Vua Ngũ-Quan coi Chúng-Hiệp Đại Địa-Ngục

PHƯỚC

Thí quan tài và đồ liệm thì đặng phước.

TỨ ĐIỆN

Vua Ngũ-Quan coi Chúng-Hiệp Đại Địa-Ngục

TỘI

o gian đong thiếu, lường cân tráo đấu, bị cối đạp đồng giã dần cho
ó ăn, hoặc bị móc treo mình nhổng nhảnh. Tự vận chẳng màng ngay
ảo, hồn oan bị cầm nơi thành Uổng-Tử, đọa đày hành mãi cho đến
íng số mới đặng luân hồi. Cho vay ăn lời quá vốn, phạt mang gông
ểm.

NGŨ ĐIỆN

Vua Diêm-La coi Kiếu-Hoán Đại Địa-Ngục

PHƯỚC

Nhiều năm bố thí cho người nghèo, dân đói thì đặng phước.

NGŨ ĐIỆN

Vua Diêm-La coi Kiếu-Hoán Đại Địa-Ngục

TỘI

Tội nhiều, lên đài Vọng-Hương ngó về nhà cửa quê hương, hoặc thấy việc buồn rầu, hoặc xem qua cảnh tượng thì tức tối mà khóc than thảm thiết. Hủy hoại lúa, gạo, cơm, cháo, bị ăn giòi tửa dơ dáy. Con bất hiếu bị chặt, bằm, v.v...

LỤC ĐIỆN
Vua Biện-Thành coi Đại Kiếu-Hoán Đại Địa-Ngục
PHƯỚC

Cất chùa, sửa am thì đặng phước.

LỤC ĐIỆN

Vua Biện-Thành coi Đại Kiếu-Hoán Đại Địa-Ngục

TỘI

Bế vựa chờ lúa giá cao mà bán, để cho người nghèo chịu đói (bế địch trợ hoang), hoặc là gian-giảo ngược ngang, bị hành bàn chông nhọn. Chưởi gió mắng mưa, kêu tên thần thánh chẳng chút kiêng vì, bị cột trói ngược mà cưa xẻ, cắt lưỡi.

THẤT ĐIỆN

Vua Thái-Sơn coi Nhiệt-Não Đại Địa-Ngục

PHƯỚC

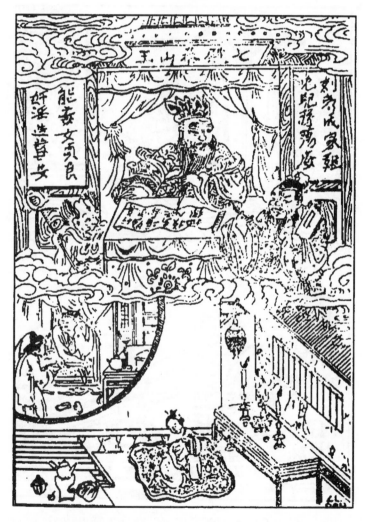

Hết lòng phụng dưỡng, kính yêu Cha Mẹ, cần mẫn thuốc thang khi bịnh hoạn thì đặng phước vô cùng.

THẤT ĐIỆN

Vua Thái-Sơn coi Nhiệt-Não Đại Địa-Ngục

TỘI

Bày thuốc phá thai, bị quăng lên núi lửa. Khinh khi Tam-Giáo bị chó phân thây. Nói tục tủi, bị cắt lưỡi. Đàn bà có chồng còn ngoại tình với trai, bị đốt nấu trong vạc đồng.

BÁT ĐIỆN

Vua Bình-Đẳng coi Đại Nhiệt-Não Đại Địa-Ngục

PHƯỚC

Người giàu có thường trai tăng bố thí cho thầy tu thì được phước lộc.

BÁT ĐIỆN

Vua Bình-Đẳng coi Đại Nhiệt-Não Đại Địa-Ngục

TỘI

Con bất hiếu tới điện nào cũng bị hành phạt, hoặc bị xay, cưa, đốt, giã, bị phanh rã tim gan, hoặc bị xe cán như hình trên đây. Chứa xâu lường của, trù ếm, chưởi rủa, đồ dơ đổ rạch sông, uế trược đến chỗ thờ, vô bếp núc, phơi áo quần dơ không nể Tam-Quan, v.v... bị xô xuống ao huyết phẩn (Huyết Ô Trì).

CỬU ĐIỆN

Vua Đô-Thị coi A-Tỳ Đại Địa-Ngục

PHƯỚC

Thí nước cho bộ hành, đưa đò thí, thì đặng phước.

CỬU ĐIỆN

Vua Đô-Thị coi A-Tỳ Đại Địa-Ngục

TỘI

Xới bớt tiền cất chùa, tiền in kinh, sửa ngay ra vạy, phản thầy bất trung, bị quăng lên núi đao. Ăn thịt trâu chó, sát mạng vật vô cớ, bị qụa mổ. Phân rẽ vợ chồng, thân tộc của người, đặt thơ huê tình, bị chó móc ruột, ăn tim. Hãm hiếp hoặc dụ trẻ thơ mà ăn của, bị xay ra bột.

THẬP ĐIỆN

Vua Chuyển-Luân cho đi đầu thai
(có phụ thêm đài Mạnh-Bà)

PHƯỚC

Tụng kinh niệm phật và vưng giữ y lời thì đặng phước lớn.

THẬP ĐIỆN

Vua Chuyển-Luân cho đi đầu thai

TỘI

Không kỉnh giấy chữ, rủ nhau ăn thịt trâu chó, phạt làm ăn mày.
Không kỉnh người lớn, chẳng vưng lời phải, hoặc thầy không bảo học
trò trọng giấy chữ, đều bị đá đè. Nói ra nói vô, xúi người kiện cáo, bị
xô xuống cầu Nại-Hà cho rắn cua ăn thịt.

MƯỜI CÔNG ĐỨC ẤN TỐNG KINH

1) Một là những tội lỗi đã tạo từ trước, nhẹ thì được tiêu trừ, nặng thì chuyển thành nhẹ.

2) Hai là thường được các thiện thần ủng hộ, tránh được tất cả tai ương hoạn nạn, ôn dịch, nước lửa, trộm cướp, đao binh, ngục tù.

3) Ba là vĩnh viễn tránh khỏi những quả báo phiền khổ, oán cừu, oan trái của đời trước cũng như đời nầy.

4) Bốn là các vị hộ pháp thiện thần thường gia hộ nên những loài dạ xoa, ác quỷ, rắn độc, hùm beo tránh xa không dám hãm hại.

5) Năm là tâm được an vui, ngày không gặp việc nguy khốn, đêm ngủ không thấy ác mộng. Diện mạo hiền sáng, mạnh khỏe an lành, việc làm thuận lợi, được kết quả tốt.

6) Sáu là chí thành hộ pháp, tâm không cầu lợi, tự nhiên y thực đầy đủ, gia đình hòa thuận, phước lộc đời đời.

7) Bảy là lời nói việc làm trời, người hoan hỷ, đến đâu cũng được mọi người kính mến ngợi khen.

8) Tám là ngu chuyển thành trí, bệnh lành mạnh khỏe, khốn nghèo chuyển thành thịnh đạt. Nhàm chán nữ thân, mệnh chung liền được nam thân.

9) Chín là vĩnh viễn xa lìa đường ác, sanh vào cõi thiện, tướng mạo đoan nghiêm, tâm trí siêu việt, phước lộc tròn đầy.

10) Mười là hay vì tất cả chúng sanh trồng các căn lành. Lấy tâm cầu của chúng sanh làm ruộng phước điền cho mình. Nhờ công đức ấy đạt được vô lượng phước quả thù thắng. Sanh ra nơi nào cũng thường được thấy phật, nghe pháp, phước huệ rộng lớn, chứng đạt lục thông, sớm thành Phật quả.

CÁC KINH SÁCH ĐÃ ĐƯỢC ẤN TỐNG

- ❑ Đại Giác Thánh Kinh và Kinh Thánh Giáo Pháp
- ❑ Đại Thừa Chơn Giáo
- ❑ Bảo Pháp Chơn Kinh
- ❑ Quan Âm Phổ Chiếu Pháp Bảo Tâm Kinh
- ❑ Khuyến Nữ Hồi Tâm
- ❑ Địa Mẫu Chơn Kinh
- ❑ Thuyết Đạo: Chữ Tâm, Tình Thương, Ngọc Kinh
- ❑ Thánh Giáo Sưu Tập năm 1965
- ❑ Thánh Giáo Sưu Tập năm 1966
- ❑ Thánh Giáo Sưu Tập năm 1967
- ❑ Thánh Giáo Sưu Tập năm 1968
- ❑ Thánh Giáo Sưu Tập năm 1969
- ❑ Thánh Giáo Sưu Tập năm 1970
- ❑ Thánh Giáo Sưu Tập năm 1971
- ❑ Nữ Trung Tùng Phận
- ❑ Kinh Sám Hối
- ❑ Thánh ảnh Quán Thế Âm Bồ Tát
- ❑ Ngọc Minh Kinh
- ❑ Giáo Đoàn Nữ Giới
- ❑ Tu Chơn Thiệp Quyết
- ❑ Thánh Đức Chuyển Mê
- ❑ Thánh Đức Chơn Kinh
- ❑ Thánh Đức Chơn Truyền Trung Đạo
- ❑ Bình Minh Đại Đạo
- ❑ Hồi Dương Nhân Quả và Ngọc Lịch Minh Kinh
- ❑ Thất Chơn Nhơn Quả (Lâm Xương Quang dịch)
- ❑ Thánh Huấn Hiệp Tuyển (Quyển I)
- ❑ Thánh Huấn Hiệp Tuyển (Quyển II)
- ❑ Huấn Từ Đức Chí Tôn Ngọc Hoàng Thượng Đế

❑ Đạo Pháp Bí Giải
❑ Tam Thừa Chơn Giáo (in lần thứ hai, 5/2010)
❑ Kinh Pháp Hoa
❑ Thiên Địa Bát Dương
❑ Tư Tưởng Đạo Gia *(Hàn Sinh tuyển, Lê Anh Minh dịch)*
❑ Ngô Văn Chiêu – Người Môn Đệ Cao Đài Đầu Tiên
   (Huệ Khải – Sách song ngữ Việt Anh)
❑ Bồi Dưỡng Đức Tin *(Ngọc Giáo hữu Bùi Văn Tâm)*
❑ Lòng Con Tin Đấng Cao Đài *(Huệ Khải)*
❑ Cơ Duyên và Tuổi Trẻ *(Phạm Văn Liêm)*
❑ Đất Nam Kỳ – Tiền Đề Văn Hóa Mở Đạo Cao Đài
   (Huệ Khải – Sách song ngữ Việt Anh)
❑ Tìm Hiểu Kinh Sám Hối *(Thanh Căn – Huệ Khải)*
❑ Tam Giáo Việt Nam – Tiền Đề Tư Tưởng
   Mở Đạo Cao Đài *(Huệ Khải – Sách song ngữ Việt Anh)*
❑ Có Một Tình Thương *(Bạch Liên Hoa)*
❑ Hương Quế Cho Đời *(Phạm Văn Liêm)*
❑ Đạo Nguyên Chánh Nghĩa *(Vĩnh Nguyên Tự)*
❑ Hành Trang Người Đạo Cao Đài *(Diệu Nguyên)*
❑ Ngài Minh Thiện: Cuộc Đời & Đạo Nghiệp
   (Đại Cơ Huờn)
❑ Thất Chân Nhân Quả *(Lê Anh Minh dịch và chú)*
❑ Giải Mã Truyện Tây Du *(Huệ Khải)*

ĐÓN ĐỌC:

❑ Thiện Thư:
   Cảm Ứng Thiên – Âm Chất Văn – Công Quá Cách
   (Lê Anh Minh)
❑ Một Dòng Bát Nhã *(Huệ Khải)*
❑ Lời Vàng Sen Trắng

PHIẾU PHÁT TÂM ĐÓNG GÓP IN KINH

Hằng năm, Thiên Lý Bửu Tòa đều có tổ chức ấn tống các kinh sách quý báu để phát không cho bá tánh. Nếu quý vị muốn đóng góp trong việc in kinh, xin vui lòng cắt và điền phiếu công đức sau đây. Chi phiếu xin đề: "Thiên Lý Bửu Tòa" với ghi chú "In kinh", và gởi về:

Thiên Lý Bửu Tòa,
12695 Sycamore Ave, San Martin, CA 95046. USA
Điện thoại liên lạc: (408) 683-0674

Họ tên: _____

Địa chỉ: _____ Apt _____

Thành phố: _____ Tiểu bang _____

Quốc gia hiện cư ngụ: _____

Nay xin phát tâm đóng góp số tiền _____ để dùng vào việc ấn tống kinh.

Thành tâm cầu nguyện xin ơn trên Đấng Chí Tôn, Đức Phật Mẫu và thập phương chư phật tiên thánh hộ trì cho âm siêu, dương thới, Đạo pháp phục hưng, tất cả chúng sanh đồng được tội diệt phước sanh, thiện căn tăng trưởng, tỏ ngộ Đại Đạo. Cầu xin hồng ân Bề trên hộ hựu cho gia đình chúng con và toàn tất đồng được an lạc, thanh tịnh, vạn sự kiết tường đầu năm chí cuối.

☐ Nam mô Huyền Khung Cao Thượng Đế Ngọc Hoàng đại thiên tôn.

☐ Nam mô Diêu Trì Kim Mẫu Vô Cực đại từ tôn.

☐ Nam mô thập phương chư phật tiên thánh cảm ứng chứng minh.

HỘ-PHÁP